ബാറും പള്ളിയും
പള്ളിക്കൂടവും

barum palliyum pallikoodavum
(vimarshana hasya lekhanangal)

•

chemmanam chakko

•

first edition
december 2015

•

published
chintha publishers, thiruvananthapuram

•

typesetting
star communications, thiruvananthapuram

•

•

cover
vinod

•

വിതരണം

ദേശാഭിമാനി ബുക്ക് ഹൗസ്
H O തിരുവനന്തപുരം–695 035
Ph: 0471-2303026, 6063020
www.chinthapublishers.com
chinthapublishers@gmail.com

ബ്രാഞ്ചുകൾ

ഹെഡ്ഡാഫീസ് ബ്രാഞ്ച് കുന്നുകുഴി • സ്റ്റാച്യു തിരുവനന്തപുരം • കെ എസ്
ആർ ടി സി ബസ് സ്റ്റേഷൻ ആലപ്പുഴ • കെ എസ് ആർ ടി സി ബസ് സ്റ്റേഷൻ
എറണാകുളം • മച്ചിങ്ങൽ ലെയ്ൻ തൃശൂർ • ഐ ജി റോഡ് കോഴിക്കോട് •
മാവൂർ റോഡ് കോഴിക്കോട് • എൻ ജി ഒ യൂണിയൻ ബിൽഡിങ് കണ്ണൂർ •
സെൻട്രൽ ബസ് ടെർമിനൽ കോംപ്ലക്സ് താവക്കര കണ്ണൂർ

CO - 2280 / 3767

ബാറും പള്ളിയും പള്ളിക്കൂടവും

(വിമർശനഹാസ്യലേഖനങ്ങൾ)

ചെമ്മനം ചാക്കോ

ചിന്ത പബ്ലിഷേഴ്സ്
തിരുവനന്തപുരം-695 035

ചെമ്മനം ചാക്കോ

1926 മാർച്ച് 7 ന് മദ്ധ്യകേരളത്തിലെ വൈക്കം താലൂക്കിൽപ്പെട്ട മുളക്കുളം വില്ലേജിൽ ചെമ്മനം കുടുംബത്തിൽ ജനിച്ചു. പിതാവ്: യോഹന്നാൻ കത്തനാർ, മാതാവ്: സാറാ.

അവർമാ പ്രൈമറി സ്കൂൾ, പാമ്പാക്കുട ഗവ. മിഡിൽ സ്കൂൾ പിറവം ഗവ. മിഡിൽ സ്കൂൾ, പിറവം സെന്റ് ജോസഫ്സ് ഹൈസ്കൂൾ, ആലുവാ യു സി കോളേജ്, തിരുവനന്തപുരം യൂണി വേഴ്സിറ്റി കോളേജ് എന്നിവിടങ്ങളിൽ വിദ്യാഭ്യാസം. 1953 ൽ മല യാളം ബി എ ഓണേഴ്സ് പരീക്ഷയിൽ ഒന്നാം ക്ലാസ് വിജയം. 1945 ൽ പ്രൈവറ്റായി ചേർന്ന് സാഹിത്യവിശാരദ് പരീക്ഷയും സ്റ്റേറ്റ് റാങ്കോടെ ജയിച്ചിട്ടുണ്ട്.

പിറവം സെന്റ് ജോസഫ്സ് ഹൈസ്കൂൾ, പാളയം കോട്ട സെന്റ്. ജോൺസ് കോളേജ്, തിരുവനന്തപുരം മാർ ഇവാനിയോസ് കോളേ ജ്, കേരള യൂണിവേഴ്സിറ്റി മലയാളം ഡിപ്പാർട്ട്മെന്റ് എന്നിവിട ങ്ങളിൽ അദ്ധ്യാപകവൃത്തി. 1968 മുതൽ 86 വരെ കേരള സർവ്വക ലാശാലയിൽ പുസ്തക പ്രസിദ്ധീകരണ വകുപ്പിന്റെ (Publica-tions Department) ഡയറക്ടർ.

നാല്പതുകളുടെ തുടക്കത്തിൽ സാഹിത്യ പ്രവർത്തനം ആരംഭി ച്ചു. 1946 ൽ ചക്രവാളം മാസികയിൽ *പ്രവചനം* എന്ന കവിത ആദ്യ മായി പ്രസിദ്ധീകരിച്ചു. 1947 ൽ പ്രസിദ്ധീകരിച്ച *വിളംബരം* എന്ന കവിതാസമാഹാരമാണ് പ്രഥമഗ്രന്ഥം. 1965 ൽ പ്രസിദ്ധീകരിച്ച *ഉൾപ്പാർട്ടിയുദ്ധം* എന്ന കവിതയിലൂടെ വിമർശഹാസ്യ (Satire) കവിതയാണ് തന്റെ തട്ടകം എന്നു തിരിച്ചറിഞ്ഞ ചെമ്മനം തുടർന്നുള്ള നാലു വ്യാഴവട്ടക്കാലത്തെ സുസ്ഥിരമായ കാവ്യത പസ്സുകൊണ്ട് മലയാള കവിതയിൽ സ്വന്തം ഹാസ്യ സാഹിത്യ സാമ്രാജ്യം പടുത്തുയർത്തി.

കൃതികൾ: *വിളംബരം, കനകാക്ഷരങ്ങൾ, നെല്ല്, ഇന്ന്, പുത്തരി, അസ്ത്രം, ആഗ്നേയാസ്ത്രം, ദുഃഖത്തിന്റെ ചിരി, ആവനാഴി, ജൈത്ര യാത്ര, രാജപാത, ദാഹജലം, ഭൂമികുലുക്കം, അമ്പുംവില്ലും, രാജാ വിനുവസ്ത്രമില്ല, ആളില്ലാക്കസേരകൾ, ചിന്തേര്, നർമ്മസങ്കടം, ഒന്ന് ഒന്ന് രണ്ടായിരം, ഒറ്റയാൾപ്പട്ടാളം, ഒറ്റയാന്റെ ചൂണ്ടുവിരൽ, അക്ഷരപ്പോരാട്ടം, തലേലെഴുത്ത്, കനൽക്കട്ടകൾ* (കവിതാഗ്രന്ഥ ങ്ങൾ), *ചക്കരമാമ്പഴം, രാത്രിവിളക്കുകൾ, നെറ്റിപ്പട്ടം* (ബാലസാ ഹിത്യം-കവിതകൾ), *ഇന്ത്യൻ കഴുത, വർഗ്ഗീസ് ആന* (ബാലസാ ഹിത്യം കഥകൾ), *കിഞ്ചനവർത്തമാനം, കാണാമാണിക്യം, ചിരി മധുരം, ചിരിമധുരതരം, ചിരിമധുരതമം, ചിരിമലയാളം* (വിമർശ

നഹാസ്യലേഖനങ്ങൾ), പുളിയും മധുരവും (അനുസ്മരണ ലേഖ നങ്ങൾ), *വള്ളത്തോൾ കവിയും, വ്യക്തിയും (പഠനഗ്രന്ഥം), ഭാഷാ തിലകം, അറിവിന്റെ കനികൾ (ലേഖനസമാഹാരങ്ങൾ), തോമസ് 28 വയസ്സ്* (ചെറുകഥാ സമാഹാരം), *കുടുംബസംവിധാനം (തർജ്ജ മ), ചെമ്മനം കവിതകൾ, വർഷമേഘം, അക്ഷരശിക്ഷ, പത്രങ്ങ ളേ, നിങ്ങൾ!, ചിരിക്കാം ചിന്തിക്കാം, അന്ധകാരം, ചെമ്മനം കവി ത-സമ്പൂർണ്ണം, കറുത്തപെണ്ണേ.... കഥാകവിതകൾ* (തെരഞ്ഞെ ടുത്ത കവിതകളുടെ സമാഹാരങ്ങൾ)

ബഹുമതി: കേരള സാഹിത്യ അക്കാദമിയിൽനിന്നും കവിതാ അവാർഡ് (*രാജപാത*), ഹാസ്യസാഹിത്യ അവാർഡ് (*കിഞ്ചന വർത്തമാനം*) സമഗ്ര സംഭാവനയ്ക്കുള്ള പുരസ്കാരം (2006) ഇവ ലഭിച്ചു. കുഞ്ചൻ നമ്പ്യാർ കവിതാപുരസ്കാരം (2012), മഹാകവി ഉള്ളൂർ കവിതാ അവാർഡ് (2003), സഞ്ജയൻ അവാർഡ് (2004), പി സ്മാരക പുരസ്കാരം (2004), പണ്ഡിറ്റ് കെ പി കറുപ്പൻ അവാർഡ് (2004), മൂലൂർ അവാർഡ് (1993), കുട്ടമത്ത് അവാർഡ് (1992), സഹോദരൻ അയ്യപ്പൻ അവാർഡ് (1993), എ ഡി ഹരിശർമ്മ അവാർഡ് (1978) എന്നിവയും ചെമ്മനത്തെ തേടി എത്തിയിട്ടുണ്ട്. കേരള സാഹിത്യ അക്കാദമി, ഓഥേഴ്സ് ഗിൽഡ് ഓഫ് ഇന്ത്യ, സമസ്ത കേരള സാഹിത്യ പരിഷത്ത്, മലയാളം ഫിലിം സെൻസർബോർഡ്, കേന്ദ്രസാഹിത്യ അക്കാദമി മലയാളം അഡ്വൈസറി ബോർഡ് തുടങ്ങിയവയിൽ നിർവ്വാഹക സമിതി അംഗമായി പ്രവർത്തിച്ചിട്ടുണ്ട്.

യു കെ, യു എസ് എ, ജർമ്മനി, കാനഡ, അയർലന്റ്, ഗൾഫ് രാജ്യ ങ്ങൾ, ലക്ഷദ്വീപുകൾ തുടങ്ങിയ നാടുകൾ സന്ദർശിച്ചിട്ടുണ്ട്.

ഭാര്യ	:	ബേബി
മക്കൾ	:	ഡോ. ജയ, ഡോ. ശോഭ
വിലാസം	:	ചെമ്മനം,
		പടമുകൾ, കാക്കനാട്,
		കൊച്ചി 682 030
ഫോൺ	:	0484–2423940
മൊബൈൽ	:	9446227787

ഉള്ളടക്കം

പ്രസാധകക്കുറിപ്പ്   7

ആമുഖം

ഇതാ, ഒരു ചക്കരെക്കുടം   8

ചെമ്മനം ചാക്കോ

ഉദ്ഘാടന മേളം   11

കസേരകളുണ്ട്, ആളില്ല   15

ഫയലുകൾക്കും ഒരു ജാഥ   19

'വ്യഭിചാര'ചരിത്രം   23

പേരില്ലാത്ത ഒരു മേനോൻ   25

ഖദറിന് ഇന്നും ശക്തിയുണ്ട്!   29

പാത്രസൃഷ്ടി ഇങ്ങനെയും   32

അറിയാതെ ചെയ്യുന്ന ആത്മഹത്യ   36

വർഗ്ഗീസ് എന്ന ആന   39

നൂറ്റിപ്പത്തു നില താഴെ!   42

ദുഷിച്ച രക്തം   46

നാട്ടുചികിത്സ ഉടൻ തുടങ്ങണം   49

മലയാറ്റൂർ കവിത എഴുതിച്ചു   53

ശനിയാഴ്ച പുരം   57

ആർക്കുണ്ട് നഷ്ടം?   60

കനൽ തീറ്റിയ കാറപകടം   64

സർക്കാരിന്റെ കമ്മിറ്റികൾ   67

വില്ലൊടിച്ചതാര്   71

സീരിയൽ ലഹരി   75

നാട്ടുനടപ്പായി കഴിഞ്ഞു   77

തല തിരിഞ്ഞ ശിക്ഷ   80

അമ്മ ഉണക്കശവമല്ല   83

ബാറും പള്ളിയും പള്ളിക്കുടവും   86

കുട്ടികളുടെ ഗതികേട്   88

നെല്ലിന്നു പിന്നിൽ   91

മന്ത്രികളേ, കോഴികളേ, ബ–ബ്ബ–ബ്ബാ!   94

പ്രസാധകക്കുറിപ്പ്

പ്രശസ്ത വിമർശന ഹാസ്യകവിയുടെ തെരഞ്ഞെടുത്ത കൃതികളുടെ ജാതകപരിശോധനയാണ് ഈ പുസ്തക ത്തിന്റെ ഉള്ളടക്കം. കാവ്യത്തിന്റെ വിഷയം എങ്ങനെ ആവിർഭവിച്ചു, അതിനിടയാക്കിയ സാഹചര്യം എന്തായി രുന്നു, കവിതയ്ക്കു പിന്നിൽ ചരിത്രവസ്തുതകൾ വല്ലതു മുണ്ടോ? രചനാപ്രക്രിയയും അതിനിടയാക്കിയ അനുഭവ ങ്ങളും ആവിഷ്കാരസ്വാതന്ത്ര്യവും ആവിഷ്കാര ധൈര്യവും പ്രസിദ്ധീകരണത്തിനു ശേഷമുള്ള അനുഭവ ങ്ങൾ എന്നിവ ഓർത്തെടുക്കുകയാണ് കവി ഇവിടെ.

ചില കവിതകൾ 60 വർഷത്തോളം മുമ്പ് രചിച്ചിട്ടുള്ളവയാ ണ്. ചെമ്മനത്തിന്റെ കവിതപോലെ തന്നെ ആസ്വാദ്യകര മാണ് ഇതിലെ ഓരോ ലേഖനവും.

ഈ രചനകൾ തികഞ്ഞ സംതൃപ്തിയോടെ സഹൃദയലോ കത്തിനു സമർപ്പിക്കുന്നു.

ചിന്ത പബ്ലിഷേഴ്സ്

ആമുഖം

ഇതാ, ഒരു ചക്കരക്കുടം

ഏതെങ്കിലും ഒരു പ്രശ്നമായിട്ടാണ് എന്റെ ഉള്ളിൽ കവിത ജനി ക്കുന്നത്. അത് സാംസ്കാരികമാകാം, രാഷ്ട്രീയമാകാം, വ്യക്തിപരമായ അനുഭവങ്ങളാകാം. പ്രശ്നം മനസ്സിലിട്ടു താലോലിച്ചു ഇതിവൃത്തരൂപം നല്കുന്നു. പൂർവ്വസൂരികളുടെ കവിതകൾ വായിച്ചു ലഭിച്ച 'കാവ്യസം സ്കാര'ത്തിന്റെ ബലത്തിൽ ഞാൻ എന്റെ പ്രതിഭയ്ക്കനുസരിച്ച് അതിനു കവിതാരൂപം നല്കുന്നു. ആക്രോശത്തിന്റെ ഭാഷയ്ക്കും ഉപദേശത്തിന്റെ ഭാഷയ്ക്കും വിലയിടിഞ്ഞു കഴിഞ്ഞ ഈ കാലഘട്ടത്തിൽ ഒരു പുതിയ മാർഗ്ഗം കണ്ടെത്തേണ്ടത് ആവശ്യമാണെന്നെനിക്കു തോന്നി. നവരസങ്ങ ളിൽ മനുഷ്യമനസ്സിനെ പെട്ടെന്നു വശീകരിക്കുന്ന ഹാസ്യരസത്തിന്റെ തിരുത്തൽശക്തിയാണ് അതിന് ഏറ്റവും ഉപയുക്തം എന്ന് *ഉൾപ്പാർട്ടി യുദ്ധം, നെല്ല്, വ്യഭിചാരം* എന്നീ മൂന്നു കവിതകളുടെ പ്രസിദ്ധീകരണ ത്തോടെ എനിക്കു ബോദ്ധ്യമായി. 1965, 67, 68 എന്നീ വർഷങ്ങളിലായി രുന്നു അവയുടെ രചന. തുടർന്ന് അരനൂറ്റാണ്ടുകാലമായി ആ രംഗത്തുറച്ചുനിന്നു ഞാൻ സാഹിത്യസേവനം ചെയ്യുന്നു. ഇരുപത്തഞ്ചു വിമർശഹാസ്യം കവിതാസമാഹാരങ്ങൾ ഉൾപ്പെടെ 51 പുസ്തകങ്ങൾ ഇപ്പോൾ എന്റെ പേരിലുണ്ട്.

ഈ കവിതകളുടെയെല്ലാം ജാതക പരിശോധന രസകരമായ ഒരു കാര്യമായിരിക്കുമെന്നു ഞാൻ ചിന്തിച്ചു. കാവ്യവിഷയത്തിന്റെ ബീജാ വാപം എങ്ങനെ നടന്നു, അതിനിടയാക്കിയ സാഹചര്യം എന്തായിരുന്നു, കവിതയ്ക്കു പിന്നിൽ ചരിത്ര രേണുക്കൾ വല്ലതും കണ്ടെത്താനുണ്ടോ? രചനാ പ്രക്രിയയും അതിനിടയിലെ അനുഭവങ്ങളും, സ്വീകരിക്കേണ്ടി വന്ന ആവിഷ്കാരസ്വാതന്ത്ര്യവും ആവിഷ്കാരധൈര്യവും, പ്രസിദ്ധീക രണാനന്തര അനുഭവങ്ങൾ – ഇങ്ങനെയുള്ള പല കാര്യങ്ങളുടെ ഒരു വിചാ

രധാര എന്നാണു ഞാൻ വിവക്ഷിച്ചത്. ഒടുക്കം കവിതയിലൂടെ ഒരു വിനോ ദയാത്രയും.

നവതിയുടെ നിറവിൽ നിന്നുകൊണ്ടാണ് ഞാൻ ഈ കൃത്യം നിർവ്വ ഹിക്കുന്നത്. 1926 മാർച്ച് 7 നാണ് എന്റെ ജന്മദിനം. ഷഷ്ടിപൂർത്തി ആഘോഷിച്ച കവിതകളുടെ വിവരണവും അതിനാൽ ഇക്കൂട്ടത്തിലുണ്ടാ കും. കവിത ഓരോന്നിന്റെയും രചനാകാലം കൊടുത്തിരിക്കുന്നതിൽ നിന്ന് അതു മനസ്സിലാക്കാം. വിമർശഹാസ്യ(സറ്റയർ) കവിതകൾക്കാണ് ഈ മട്ടിൽ വിശദീകരണക്കുറിപ്പുകൾക്ക് അർഹതയുള്ളത്.

കവിതകൾ പഞ്ചസാരപ്പാത്രമാണെങ്കിൽ കവിതയ്ക്കു പിന്നാലെ ഈ വിധ വിവരണക്കുറിപ്പുകൾ പൂർവ്വരൂപമായ ചക്കരയുടെ കുടമാണ് എന്നു പറയാം. പഞ്ചസാരയേക്കാൾ ചക്കര തിന്നാൻ ഇഷ്ടപ്പെടുന്നവരുണ്ട്. അവരെ ഈ ചക്കരക്കുടം കൂടുതൽ ആകർഷിച്ചെന്നിരിക്കും. സഹൃദയ ലോകമേ, നിങ്ങൾ രുചിയും ഗുണവും നോക്കുക. 'ചക്കരക്കുടം' ഇതാ, ഞാൻ നിങ്ങളുടെ മുന്നിൽ സമർപ്പിക്കുന്നു.

ചെമ്മനം ചാക്കോ

ഉദ്ഘാടന മേളം

ഉൾപ്പാർട്ടിയുദ്ധം (1965), നെല്ല് (1967), വ്യഭിചാരം (1968) എന്നീ മൂന്നു കവിതകൾക്കു ലഭിച്ച പ്രതീക്ഷയിൽ കവിഞ്ഞ സ്വീകരണം എന്റെ മാർഗ്ഗവും എന്റെ നാദവും 'വിമർശനഹാസ്യ'മാണ് എന്ന് എന്നെ ബോദ്ധ്യ പ്പെടുത്തി. പിന്നീട് ആ രംഗത്ത് ഉറച്ചുനില്ക്കുവാൻ ഞാൻ തീരുമാനി ച്ചു. ജനകീയ ഭരണത്തിൽ വന്ന അപചയങ്ങൾ എനിക്ക് ഇഷ്ടംപോലെ പ്രമേയങ്ങളും നല്കി. ഇന്നും ആ രംഗത്ത് ഉറച്ചു നില്ക്കുന്നു ഞാൻ. 'മലയാള കവിതയിലെ ഒറ്റയാൾ പട്ടാളം' എന്ന ബഹുമതി എനിക്കു നേടി ത്തന്നത് അരനൂറ്റാണ്ടു കാലത്തെ എന്റെ ഈ അടിയുറച്ച നിലപാടാണ്.

1971 ൽ ഞാൻ 'ഉദ്ഘാടനം' എന്ന ഒരു കവിതയെഴുതി. ഓഫീസിൽ ഇരുന്ന് ഫയലുകൾ പഠിച്ച് നീതിയുക്തമായ തീരുമാനം എടുക്കേണ്ട മന്ത്രി മാർ, ചുമതല ഇട്ടെറിഞ്ഞ് ഉദ്ഘാടനങ്ങൾക്കും സ്വീകരണങ്ങൾക്കും ഓടി നടക്കാൻ തുടങ്ങുന്ന സമയമായിരുന്നു അത്. മന്ത്രിമാരില്ലെങ്കിൽ ഓഫീ സിൽ അനാഥത്വം വളരുമെന്ന പരമാർത്ഥവും എന്റെ ശ്രദ്ധയിൽപ്പെട്ടു. ഈ പശ്ചാത്തലത്തിലാണ് ഞാൻ 'ഉദ്ഘാടനം' എന്ന കവിതയെഴുതിയത്.

1971 ൽ മന്ത്രിമാരെ വിമർശിക്കുവാൻ അധികമാരും ധൈര്യം കാണിച്ചു തുടങ്ങിയിരുന്നില്ല. തിരുവനന്തപുരത്ത് ഒരു കവിസദസ്സിൽ ഈ കവിത അവതരിപ്പിച്ചപ്പോൾ, ഭരണകൂടത്തിന്റെ അതൃപ്തി ഉദ്യോഗത്തെ ത്തന്നെ ബാധിക്കുകയില്ലേ എന്ന് ചിലർ എന്നെ ഭയപ്പെടുത്തി. എങ്കിൽ ന്യായത്തിനും ധർമ്മത്തിനും വേണ്ടി എന്റെ ഔദ്യോഗികജീവിതത്തിന് ഒരു സാറ്ററിക്കൽ പര്യവസാനമാകട്ടെ എന്നു ഞാൻ ധൈര്യമവലംബിച്ചു.

ജാതിമതബോധം, പ്രാദേശികപരിഗണന, സാമ്പത്തിക മേധാവിത്വം ഇവയെല്ലാം ഭരണത്തെ വികലമാക്കുന്നതും വിമർശവിധേയമാക്കേണ്ട കാര്യമാണെന്നെനിക്കു തോന്നി. തികച്ചും അനർഹരും, അനഭ്യസ്തവി ദ്യരും, പക്ഷപാതമതികളും ഭരണക്കസേരകളിൽ കയറുന്നു. അങ്ങനെ

ഒരാൾ മന്ത്രിപദവിയിലെത്തിയാലോ, 'അധികാരപൂജ' കൊണ്ട് പൊതു ജനസമൂഹം അവരെ വീർപ്പുമുട്ടിക്കുന്നു. സ്വാർത്ഥതാല്പര്യങ്ങൾ സാധി ച്ചെടുക്കുവാനോ, തങ്ങളുടെ പൊങ്ങച്ചം വർദ്ധിപ്പിക്കുവാനോ ആകും പല രുടെയും ലക്ഷ്യം. വഴങ്ങിയില്ലെങ്കിൽ മന്ത്രിയുടെ കാര്യം അടുത്ത തിര ഞ്ഞെടുപ്പിൽ പോക്ക്. മന്ത്രിയും പൊതുജനങ്ങളും ഒരുപോലെ പ്രതി സ്ഥാനത്താണെന്നർത്ഥം. ഭരണനേതാക്കളെ പാട്ടിലാക്കുവാൻ ജനം കണ്ടുപിടിച്ച ഒരു വിദ്യയാണ് 'ഉദ്ഘാടന'വും സ്വീകരണവും മറ്റും. എന്റെ ചെറുപ്പത്തിൽ ഉദ്ഘാടനം എന്നൊരിടപാടില്ല. സമാരാധ്യനായ ഒരു പണ്ഡിതൻ അദ്ധ്യക്ഷനായി ഉണ്ടായിരിക്കും. അയാളെ കൊണ്ടുവരുന്ന തിന്റെ ചെലവും ബുദ്ധിമുട്ടും സഹിക്കണം. പകരം മണ്ടച്ചാരാണെ ങ്കിൽപ്പോലും ഒരു മന്ത്രിയെക്കിട്ടിയാൽ ആൾ മന്ത്രിയല്ലേ എന്ന ബഹുമാ നചിന്ത– അധികാരപൂജ! സർവ്വപ്രധാനകാര്യം കാൽപ്പൈസ ചെലവാ ക്കാതെ, പൊതു ഖജനാവിലെ ചെലവിൽ സ്റ്റേറ്റു കാറിൽ ഇഷ്ടൻ പരിവാ രങ്ങളുമൊത്ത് സ്ഥലത്തെത്തിക്കൊള്ളും എന്നതാണ് കാര്യം! സബാഷ്!

പ്രമേയാവതരണത്തിന് ഒരു മന്ത്രിയെ നിർണ്ണയിക്കാൻ ആലോചി ച്ചപ്പോഴാണ് ഏടാകൂടങ്ങൾ പലത് തോന്നിയത്. പേരിൽ നിന്നു ജാതി തെളിയും. കവിക്ക് ജാതിസ്പർദ്ധയുടെ ആരോപണം നേരിടേണ്ടിവരും. വ്യക്തിപരമായ ഏതെങ്കിലും അനുഭവത്തിന്റെയോ ലക്ഷ്യത്തിന്റെയോ പശ്ചാത്തലത്തിൽ ഒരു മന്ത്രിയെ താറടിക്കുകയാണെന്നു തെറ്റിദ്ധരിക്കും. അതു കവിതയുടെ ഉദ്ദേശ്യലക്ഷ്യങ്ങളെ പരാജയപ്പെടുത്തും. പോംവഴി ചിന്തിച്ച് രണ്ടു ദിവസം കഴിച്ചു. അപ്പോഴാണ് ഒരാശയം ഉദിച്ചത്. താൻ തന്നെ കുരിശിൽ തൂങ്ങുക. സ്വയം ഹാസ്യപാത്രമാവുക. അങ്ങനെയാ ണ് "ചെമ്മനം ചാക്കോ ഹന്ത, മന്ത്രിയായ്" എന്നു കവിത തുടങ്ങിയത്. ഇതിലെ 'ഹന്ത' കേവലം നിരർത്ഥകപദമല്ല, ചെമ്മനം ചാക്കോ മന്ത്രി യായയതിലെ അത്ഭുതദ്യോതകപദമാണ്. അപ്രതീക്ഷിത സംഭവങ്ങളുടെ രംഗവേദിയാണണല്ലോ രാഷ്ട്രീയം. "ഭാഗ്യം ദ്രുതചുംബനം നല്കും രാഷ്ട്രീ യത്തിനെൻ നമസ്കാരം!" എന്ന പ്രയോഗത്താൽ സംഗതി കൂടുതൽ വിശ്വ സനീയമാക്കുകയും ചെയ്തു.

രൂപയ്ക്കു പത്തായ് എന്നെക്കണ്ടവർ ഞാൻ മന്ത്രിയായതോടെ ജ്ഞാനരൂപനായ് എന്നെ കണ്ടെടുക്കുകയായി. ഷേക്സ്പിയർ ദിനം, വേദാന്തസെമിനാർ... സകലതിന്റെയും ഉദ്ഘാടകൻ;. പന്തലിന്റെ കാല്നാ ട്ടിലിനു ക്ഷണിക്കുന്നതു ക്ഷമിക്കാം. ഇലക്ഷനിൽ വോട്ടുപിടിച്ചവരും, പാർട്ടി നേതാക്കളും, സമുദായമേലധ്യക്ഷന്മാരും, ബന്ധുക്കളുമെല്ലാമാണ് ക്ഷണിക്കാനെത്തുന്നത്. പൂമാലകൾ, ടി എ – ഡി എ വരവ്, ഉപഹാര ങ്ങൾ, സൽക്കാരങ്ങൾ! ഫയൽ കെട്ടിക്കിടന്നാൽ അവിടെ കിടന്നുകൊ ള്ളും. അവസരങ്ങൾ നഷ്ടപ്പെടുത്തിയാൽ പിന്നെ വരുമോ? ഈ സൗകര്യം എത്രനാളുണ്ടെന്ന് ആർക്കറിയാം?

അപഹാസ്യമായ രണ്ട് ഉദ്ഘാടനങ്ങൾ കവിതയിൽ പ്രമേയമൊക്ക ണമെന്നു നിശ്ചയിച്ചു. അവ എന്തെല്ലാമാകണം. ഒന്ന് മന്ത്രിയുടെ തിര ഞ്ഞെടുപ്പിന് വളരെയേറെ ഓടിനടന്ന ഒരു സാധാരണക്കാരന്റെയും

മറ്റൊന്ന് ഇലക്ഷനു സാമ്പത്തിക സഹായം നല്കിയ ഒരു പണക്കാര
ന്റെയും താല്പര്യപ്രകാരമാകട്ടെ എന്നു കരുതി. എന്റെ ജന്മനാട്ടിലുള്ള
പെരുവച്ചന്തയിലെ ഒരു പ്രവർത്തകനെ സങ്കല്പിച്ചു. ഉദ്ഘാടനം
എങ്ങനെ വേണം? അല്പം അപഹാസ്യമായ കാര്യമാണെങ്കിലേ ഗൗരവ
തരമായ ഭരണകാര്യം ഇട്ടെറിഞ്ഞു മന്ത്രിമാർ നടക്കുന്നതിന്റെ തെറ്റ്
ബോദ്ധ്യമാകൂ. 1971 ൽ ഞങ്ങളുടെ നാട്ടിൽ കാളയിറച്ചിയല്ലാതെ പോത്തി
റച്ചി തിന്നുന്നത് പ്രചുര പ്രചാരമായിരുന്നില്ല. ഒരു മോശത്തരമായിട്ടാണ്
അതു കരുതിയിരുന്നത്. അതു മാറി വരുന്ന സന്ദർഭം. ഈ പശ്ചാത്തല
ത്തിലാണ് കുഞ്ഞുശങ്കരൻ പെരുവച്ചന്തയിൽ തുടങ്ങുന്ന പോത്തിറച്ചി
ക്കട ഉദ്ഘാടനം ചെയ്യാൻ മന്ത്രിയെ ക്ഷണിക്കുന്നത്. പോകാതെ പറ്റുമോ?
പെരുവച്ചന്ത ഭാഗത്തു കുഞ്ഞുശങ്കരന്റെ കൈപ്പിടിയിൽ മറിയുന്ന നല്ലൊരു
സംഖ്യ വോട്ടുകളുണ്ട്. ഒരാൾക്ക് എത്രതവണ വേണമെങ്കിലും തിരഞ്ഞെ
ടുപ്പിനു നില്ക്കാമെന്ന വ്യവസ്ഥയുള്ളിടത്തോളം കാലം ചെമ്മനം
ചാക്കോ മന്ത്രിക്ക് സമ്മതിക്കാനല്ലേ പ്രേരണയുണ്ടാകൂ. ഫയൽ കെട്ടി
ക്കിടന്നാൽ കിടക്കട്ടെ. പ്രതിപാദ്യം തൃപ്തികരമായി.

പണക്കുന്നന്റെ ക്ഷണം ഇതിലും അപഹാസ്യമായ കാര്യത്തിനാ
കണം എന്നുതോന്നി. സംഭവ്യമാകണമെന്നില്ല. ഹാസ്യാത്മകമാകണം.
അനുവാചകർ കൂടെവന്നുകൊള്ളും. മന്ത്രിമാർ ഉദ്ഘാടനങ്ങൾക്ക് ഓടി
നടക്കുന്നതിനോട് അവജ്ഞതോന്നണം. അതാണു കാര്യം. ഒരു പ്രസവം
ഉദ്ഘാടനം ചെയ്യിച്ചാലോ? അതെങ്ങനെ ചെയ്യിക്കാൻ? തിരഞ്ഞെടുപ്പിന്
വാരിക്കോരി പണം കൊടുത്ത്, തന്റെ കൈവശം ഒരു എം എൽ എ യെ
ഉണ്ടാക്കിയ കുബേരൻ. അയാൾ തന്റെ ഭവനത്തിൽ എം എൽ എ യെ
വരുത്തി ബഹുമാനിക്കുന്നു. ഒട്ടേറെപ്പേരെ ക്ഷണിക്കണം. ഒരു കാരണം
അയാൾ സൃഷ്ടിക്കുകയാണ്. തന്റെ രണ്ടാം ഭാര്യ മാർത്തയുടെ പ്രസവം
ഉദ്ഘാടനം. പ്രസവം അടുത്തിരിക്കുകയാണ്. അതിഥികളുടെ മദ്ധ്യത്തിൽ
വച്ച് ഒരു സ്വർണ്ണഗ്ലാസിൽ പതിവായി കഴിക്കാറുള്ള ഒരൗൺസ് മരുന്ന്
മന്ത്രി ഗർഭിണിക്കു നല്കുന്നു. കുടിച്ചു കഴിഞ്ഞാൽ ഗ്ലാസ് തിരിച്ചു മന്ത്രി
യുടെ കൈയിൽ ഏല്പിക്കുന്നു. സ്വർണ്ണഗ്ലാസ് പിന്നെ മന്ത്രിക്കുള്ളതാണ്.
ചെമ്മനം ചാക്കോ മന്ത്രിയല്ല, ഏതു പരട്ട മന്ത്രിയാണ് പിന്നെ ഉദ്ഘാടന
ത്തിനു പോകാത്തത്? പുന്നച്ചോട്ടിൽ പൗലോസ് മുതലാളിയുടെ ഇഷ്ടം
പോലെ പരിപാടിയിട്ടു കൊള്ളാൻ മന്ത്രി നിർദ്ദേശിക്കുന്നു. പോരേ?

ഉദ്ഘാടന വ്യവസായം പരാജയപ്പെടുന്ന ഒരന്ത്യം കവിതയ്ക്കുണ്ടാ
കണമല്ലോ. വിശേഷിച്ചും മറ്റാരുമല്ല, ചെമ്മനം ചാക്കോയാണ് മന്ത്രിയും.
നാളെ പ്രസവം ഉദ്ഘാടനം. രാവിലെ തിരിക്കണം. അന്നു ജന്മദേശത്തു
വീട്ടിലെത്തി താമസം. പിറ്റേന്ന് പെരുവച്ചന്തയിൽ പോത്തിറച്ചിക്കട ഉദ്ഘാ
ടനം. പക്ഷേ ചാക്കോ മന്ത്രിക്ക് ഉറക്കം വന്നില്ല.

"ജനസേവനത്തിന്റെ ലേബലാൽ സ്വാർത്ഥം ക്രൂരം
ജനവഞ്ചനത്തിന്നായെത്ര നാൾ നടക്കും നീ?"

എന്ന് മനസ്സാക്ഷിയുടെ മുമ്പിൽ മന്ത്രി മുട്ടുകുത്തുമ്പോൾ ആദർശ
രാഷ്ട്രീയത്തിന്റെ തിരിച്ചുവരവാണതിൽ.

"ചെമ്മാനം കിഴക്കെത്തും നേരത്തു പത്രം ചൊന്നു:-
ചെമ്മനം ചാക്കോ മന്ത്രി രാജിവച്ചിരിക്കുന്നു."
എന്നതാണ്, 'ഉദ്ഘാടന'ത്തിന്റെ പര്യവസാനം. ഏതാണ്ട് കാര്യങ്ങൾ
ഒരു വിധമെല്ലാം വിചാരിച്ചതുപോലെ ഒപ്പിച്ചല്ലോ എന്നു സന്തോഷിച്ചു.
എഴുതിയാൽ പോരല്ലോ, ജനങ്ങളിലെത്തണ്ടേ എന്നു ചിന്താധാര?
പ്രസിദ്ധീകരണത്തെക്കുറിച്ചായി വിചാരം. കേരളകൗമുദിയാണ് അന്ന്
തിരുവനന്തപുരം ഭരിക്കുന്ന പത്രം. മറ്റുപത്രങ്ങളില്ല. കൗമുദി വാരികയൊ
ഗിച്ച് മറ്റു കൗമുദി പ്രസിദ്ധീകരണങ്ങളുമില്ല. പത്രാധിപർ എന്ന പേരിൽ
അറിയപ്പെടുന്ന കേരളകൗമുദിയുടെ എല്ലാമായ കെ സുകുമാരനെ ഒന്നു
സമീപിച്ച് അഭിപ്രായം ആരായാം എന്നു നിശ്ചയിച്ചു. കാരണം കേരള
കൗമുദിയിൽ വരുന്നതുപോലെ മറ്റെവിടെ വന്നാലും തിരുവനന്തപുരത്ത്
എനിക്ക് അത്ര അംഗീകാരം ലഭിക്കില്ല. കവിത നന്നായി പകർത്തി ഞാൻ
കെ സുകുമാരനെ കാണാൻ പേട്ടയിൽ കേരള കൗമുദിയിലെത്തി.

അദ്ദേഹം പത്രം ആഫീസിനു സമീപമുള്ള വീട്ടിലായിരുന്നു. ഞാൻ
അവിടെയെത്തി. ആദ്യം പരിചയപ്പെടുകയാണ്. മാന്യമായിത്തന്നെ എന്നെ
സ്വീകരിച്ചിരുത്തി. സ്വയം ഞാൻ എന്റെ വിവരങ്ങൾ അറിയിച്ച ശേഷം,
ചെന്നതിന്റെ ലക്ഷ്യം പറഞ്ഞു. കവിത വായിക്കുവാൻ അദ്ദേഹം നിർദ്ദേ
ശിച്ചു. ഞാൻ കവിത – 'ഉദ്ഘാടനം' – അവതരിപ്പിച്ചു. സന്തോഷപൂർവ്വം
കവിത വാങ്ങി മുൻപിൽ വച്ചുകൊണ്ടു പത്രാധിപർ കെ സുകുമാരൻ
എന്നോടു പറഞ്ഞു:- "ഞാൻ ഇക്കാര്യം മുൻനിരുത്തി ഒരു എഡിറ്റോറി
യൽ എഴുതണമെന്നു വിചാരിച്ചിരിക്കുകയായിരുന്നു. പകരം ഈ കവി
തയങ്ങു കൊടുത്താൽ മതി. നാളെത്തന്നെ എഡിറ്റോറിയൽ പേജിൽ
കൊടുക്കും." എനിക്കു സ്വർഗ്ഗം കിട്ടിയമാതിരിയായി.

'പത്രാധിപർ' റോത്മാൻ സിഗററ്റു കൂടിൽ നിന്ന് ഒന്നെടുത്തു
ചുണ്ടിൽ വച്ചിട്ട് ഒന്നെടുത്ത് എനിക്കു നീട്ടി. ഞാൻ "വേണ്ട" എന്നു പറ
ഞ്ഞു. "വലിക്കാറില്ലേ?" അദ്ദേഹം ചോദിച്ചു. "വല്ലപ്പോഴും." സത്യം പറ
യാനാണ് എനിക്കു തോന്നിയത്. "എങ്കിൽ വലിക്കൂ; അതാണെനിക്കു
സന്തോഷം" അദ്ദേഹം തീപ്പെട്ടിയുരച്ചു. എന്റെ സിഗററ്റും എരിഞ്ഞു. ചായ
കൊണ്ടുവരാൻ ഇടപാടു ചെയ്തു. തുടരെ, ഭരണരംഗത്തെ പല മൂല്യ
ച്യുതികളും സംസാരവിഷയമായി. എന്നോട് ഞാൻ കരുതിയതിലും പല
മടങ്ങു താല്പര്യാതിരേകമാണ് അദ്ദേഹം കാണിച്ചത്. ഞാനന്ന് കേരള
സർവ്വകലാശാലയിലെ പുസ്തകപ്രസിദ്ധീകരണത്തിന്റെ ഡയറക്ടരായി
ജോലിയിൽ പ്രവേശിച്ചു കഴിഞ്ഞിരുന്നു. മടങ്ങുമ്പോൾ ഒരു പാക്കറ്റ്
റോത്മാൻ സിഗററ്റും തന്നാണ് പത്രാധിപർ എന്നെ അയച്ചത്.

അടുത്ത ദിവസം കേരള കൗമുദിയിൽ ഉദ്ഘാടനം പ്രസിദ്ധീകരിച്ചു
വന്നു. എന്റെ കാവ്യജീവിതത്തിലെ ഒരു നിർണ്ണായക സംഭവമായിരുന്നു
അത്. വാരാന്ത്യകൗമുദിയിൽ ഇന്നു കവിത പ്രസിദ്ധീകരിക്കുന്നതിന്റെ
ഉദ്ഘാടനവും അതായിരുന്നു.

(ഉദ്ഘാടനം – 1971 ഒക്ടോബർ 8)

കസേരകളുണ്ട്, ആളില്ല

നമ്മുടെ സർക്കാർ ആഫീസുകളിലും അർദ്ധ സർക്കാർ ആഫീസു കളിലും ജോലി സമയത്തുള്ള രംഗത്തിന്റെ ചിത്രീകരണമാണ് 'ആളില്ലാ ക്കസേരകൾ' എന്ന കവിത. 1991 ലാണു രചന.

പ്രശ്നം ഉള്ളിൽ കളിക്കുന്നു. എങ്ങനെ ഇതിവൃത്തരൂപം നല്കണം? പ്രായമുള്ള ഒരാൾ കാര്യസാദ്ധ്യത്തിനു സർക്കാർ ഓഫീസിൽ ചെല്ലട്ടെ. എന്തുകാര്യം? പെൻഷൻ സംബന്ധിച്ചോ പ്രോവിഡന്റ് ഫണ്ട് സംബ ന്ധിച്ചോ ആകാം. അതിൽ പെൻഷൻ ഔദാര്യമാണെന്നു പറയാം. പ്രോവി ഡന്റ് ഫണ്ട് (പി എഫ്) കിട്ടുന്ന ശമ്പളത്തിൽ നിന്നു സൂക്ഷിക്കാൻ ഏല്പി ക്കുന്ന തുകയാകയാൽ അവകാശം കൂടും. പി എഫ് വാങ്ങണമെങ്കിലും റിട്ടയർമെന്റിനു ശേഷം ആഫീസ് കയറിയിറങ്ങണം. അക്കൗണ്ടന്റ് ജന റൽ ആഫീസ്. റിട്ടയർ ചെയ്ത ഒരു അദ്ധ്യാപകൻ ആകട്ടെ. 'പണ്ടാരം' എന്നൊരു ജാതിയുണ്ട്. 'പണ്ടാര'ത്തിന് അനാഥത്വ പ്രതീതിയുള്ള ഒരു അർത്ഥമുള്ളതിനാൽ ഹാസ്യത്തിന് ഉതകും. അങ്ങനെ 'നാരായണൻ പണ്ടാരം' എന്ന ഒരു റിട്ടയർഡ് അദ്ധ്യാപകനെ പി എഫ് വാങ്ങാൻ അക്കൗ ണ്ടന്റ് ജനറൽ ആഫീസിലേക്കു വിടാം എന്നുവച്ചു.

1990 ൽ ആണ് തിരുവനന്തപുരം, കോട്ടൺഹിൽ ഹെഡ്മിസ്ട്രസ്സായി എന്റെ ഭാര്യ റിട്ടയർ ചെയ്യുന്നത്. അവളുടെ പി എഫ് വാങ്ങാൻ പോയ അനുഭവസമ്പത്തും എന്റെ പക്കലുണ്ട്. എന്റെ വീട്ടിൽ നിന്നും രണ്ടു കിലോമീറ്ററേയുള്ളൂ ഏജീസ് ഓഫീസിലെത്താൻ. ഞാൻ എന്റെ ഫിയറ്റു വണ്ടി ഓടിച്ചു നടക്കുന്ന കാലം. ചെല്ലുമ്പോൾ ആഫീസിലുള്ളവർ പ്രക ടിപ്പിക്കുന്ന ആദരവിന് അതിരില്ല. എന്നിട്ടും കാര്യനിർവ്വഹണത്തിന് ഉട ക്കുകൾ. കോമൺസെൻസിന് നിരക്കാത്ത ഉടക്കുകൾ. വിസ്തരിക്കാൻ നേരമില്ല. അഞ്ചാറുമാസം കൊണ്ട് അവസാനത്തെ ഉടക്കും തീർത്ത് ഒരു

വൈകുന്നേരം നാലുമണിക്കു ഞാൻ ചെല്ലുമ്പോൾ ഒരു സ്ത്രീമാത്രമുണ്ട്
പി എഫ് സെക്ഷനിൽ. മറ്റുള്ളവരെല്ലാം ചായ കുടിക്കാൻ പോയിരിക്കു
ന്നതായി അവർ പറഞ്ഞു. ഞാൻ ഇടനാഴിയിൽ കിടന്ന ഒരു സ്റ്റൂളിൽ
ഇരിപ്പുറപ്പിച്ചു. നാലരയായിട്ടും ഒരാളും വരുന്നില്ല. എന്റെ അന്വേഷണ
ത്തിന് ഒരു വിഷമിച്ച ചിരിയായിരുന്നു ഹാജരുള്ള ഏകാംഗത്തിന്റെ
ഉത്തരം.

"കൈയിലെക്കാശും കൊടുത്തീ വിധം തേരാപ്പാരാ-
വയ്യെനിക്കേജീസോഫീസ് കേറുവാൻ ഭഗവാനേ!
എന്റെ പേർ നാരായണൻ പണ്ടാര, മദ്ധ്യാപാന-
ത്തിന്റെ മുപ്പതുമഞ്ചുമാണ്ടുതാണ്ടിയ വൃദ്ധൻ
എന്റെ സമ്പാദ്യം കുറേ ശിഷ്യർ, താമസം വൈക്ക-
ത്തിന്റെ തെക്കതിർത്തിയിൽ ഓലകെട്ടിയ വീട്ടിൽ."

ഈ ആറു വരി പി എഫ് വിഭാഗത്തിന്റെ ഇടനാഴിയിൽ കിടന്ന ഒരു
സ്റ്റൂളിൽ ഇരുന്നു ഞാൻ എഴുതിയതാണ്. അഞ്ചുമണിക്ക് ഏകാംഗവും
ഞാനും ഓഫീസ് വിട്ടു.

കവിത പൂർത്തിയാക്കി 'ആളില്ലാകസേരകൾ' എന്നു പേരിട്ട് ഞാൻ
മാതൃഭൂമി ആഴ്ചപ്പതിപ്പിനയച്ചു. എം ടി വാസുദേവൻ നായരായിരുന്നു
അന്നു പത്രാധിപർ. കവിത പ്രസിദ്ധീകരിച്ചുവന്നു. ഇതിലും കലാമൂല്യ
മുള്ള എന്റെ പല കവിതകൾക്കുപോലും ലഭിക്കാത്ത ഒരു ഭൂകമ്പ സ്വീക
രണമാണ് 'ആളില്ലാകസേരകൾ'ക്കു ലഭിച്ചത്. അതിനു കാരണക്കാരൻ
അന്ന് അക്കൗണ്ടന്റ് ജനറലായിരുന്ന നീതിബോധത്തിനുടമയായ
ജെയിംസ് ജോസഫ് ആയിരുന്നു.

കവിത വായിച്ച അദ്ദേഹം കണക്കെടുത്ത് വളരെ കുലീനമായ ഒരു
ഓഫീസ് ഓർഡർ ഇറക്കി. 'വകുപ്പിൽ 60,000 മാൻ പൗവർ ജോലി കുടി
ശ്ശികയുണ്ടെന്നും, ഒരാൾ തന്നേ ചെയ്താൽ തീരാൻ 250 കൊല്ലം വേണ
മെന്നും, സെക്ഷനിലുള്ള 350 പേരും ഒരു നോബിൾ വെനീജിയൻസു
പോലെ എടുത്തു ജോലി ചെയ്തു കുടിശ്ശിക തീർത്തു കവിതയ്ക്കു മറു
പടി നല്കണം" എന്നുമായിരുന്നു ഓർഡറിന്റെ ഉള്ളടക്കം. ഓർഡറിന്റെ
മറുവശത്തു കവിതയുടെ ഫോട്ടോസ്റ്റാറ്റുകൂടി അദ്ദേഹം ചേർത്തിരുന്നു.
ഇത് ഓഫീസ് ചരിത്രത്തിലോ, സാഹിത്യ ചരിത്രത്തിലോ ഇതുവരെ നട
ന്നിട്ടില്ലാത്ത ഒരു സംഗതിയായിരുന്നു.

അടുത്ത ദിവസത്തെ മാതൃഭൂമി ദിനപ്പത്രത്തിന്റെ ഒന്നാം പേജിൽ
മുകളിൽ ഇന്റർനാഷനൽ വാർത്തകൾ കൊടുക്കാറുള്ള സ്ഥാനത്ത്, ഇട
തുവശത്ത് ഓഫീസ് ഓർഡറും, വലതുവശത്ത് എന്റെ കവിതയും നടുക്ക്
'വയ്യെനിക്കേജീസ് ഓഫീസ് കേറുവാൻ ഭഗവാനേ' എന്ന തലക്കെട്ടിൽ
പത്രത്തിന്റെ റൈറ്റപ്പും ആയിട്ടാണ് പത്രം നാടുചുറ്റിയത്. അതോടെ 'ആളി
ല്ലാ കസേരകൾ' വലിയ സംഭവമായി. പത്രത്തിൽ വായനക്കാരുടെ അനു
കൂലക്കത്തുകൾ. ഓഫീസിൽ ജീവനക്കാരുടെ സംഘടനകളുടെ ഹാലി
ളക്കം. തിരിച്ചടിക്കവിതകൾ. പക്ഷേ, എ ജി ഉറച്ചു തന്നെ നിന്നു. പ്രോവി

ഡന്റ് ഫണ്ട് സെക്ഷനിൽ ഒട്ടേറെ ജോലികൾ നടന്നു. ഒരു കവിതയ്ക്ക് ജനങ്ങൾക്കിടയിൽ ചലനങ്ങളുണ്ടാക്കാൻ കഴിയുമെന്നതിന്റെ പുതിയ തെളിവായിത്തീർന്നു 'ആളില്ലാകസേരകൾ'. പക്ഷേ, കവിതയ്ക്കൊപ്പമോ അതിനേക്കാളേറെയോ അതിനു ക്രെഡിറ്റു നല്കേണ്ടത് അക്കൗണ്ടന്റ് ജനറൽ ജയിംസ് ജോസഫിനാണ്. അദ്ദേഹം അവസരത്തിനൊത്ത് അനു കൂലമായി പ്രതികരിച്ചില്ലായിരുന്നെങ്കിൽ ഈ കവിതയും കവിതാസ്വാദ കരായ ഒരു ന്യൂനപക്ഷത്തിന്റെ ശ്രദ്ധയിൽ മാത്രം പെട്ടുകിടക്കുമായിരു ന്നു.

ഉദ്യോഗസ്ഥർക്കു തുല്യം യോഗ്യതയുള്ളവർ അനവധിപേർ തൊഴി ലില്ലാതെ പുറത്തുനില്ക്കുമ്പോൾ ഉദ്യോഗസ്ഥരുടെ ഈ കർത്തവ്യ രാഹിത്യം കൂടുതൽ കുറ്റമാകുന്നു.

"ആളില്ലാകസേരയിൽ പാതിശമ്പളം ചോദി–
ച്ചഭ്യസ്തവിദ്യർ കേറിയിരുന്നാലിരക്കാമോ?
കാണുവാനരാജകമീസ്ഥിതിമേളം, നാനാ–
യുണിയനുടെ തൃക്കണ്ണത്രയും പൊട്ടിപ്പോയോ?"

എന്നൊക്കെയുള്ള ചോദ്യങ്ങൾ മലയാളകവിതയിലെ 'ആവിഷ്കാ രധൈര്യ'ത്തിന്റെ പുതിയ ശീലുകളായിരുന്നു.

ഇൻവേർഡ് രജിസ്റ്റർ:– ആഫീസിലേക്ക് വരുന്ന കത്തുകളുടെ വിവ രങ്ങൾ സൂക്ഷിക്കുന്ന പുസ്തകം.

ഔട്ട്‌വേർഡ് രജിസ്റ്റർ: ആഫീസിൽ നിന്നും അയയ്ക്കുന്ന കത്തുക ളുടെ വിവരം സൂക്ഷിക്കുന്ന ബുക്ക്. ഇവ രണ്ടും കൃത്യമായി ആഫീസു കളിൽ സൂക്ഷിക്കേണ്ടതാണ്. പക്ഷേ, ചുമതലക്കാർ തങ്ങളുടെ ജോലി പലയിടത്തും ചെയ്യാറില്ല. ഏജീസ് ആഫീസിൽ അന്ന് കൃത്യമായി ആ ജോലി നടന്നിരുന്നില്ല. വിവിധ സ്ഥലങ്ങളിലെ വകുപ്പു മേലധികാരികൾ തമ്മിലുള്ള കുറുവഴക്കും ഉപഭോക്താക്കളെ വലച്ചിരുന്നു.

101 നമസ്കാരം: 'ആളില്ലാകസേരകൾ' പ്രസിദ്ധീകരിച്ച് ഒരു മാസം കഴിഞ്ഞു കാണും. തിരുവനന്തപുരത്ത് വഴുതക്കാട്ടുള്ള വീട്ടിൽ നിന്നും ഞാൻ ജംഗ്‌ഷനിലേക്കു പോകുമ്പോൾ, മുഷിഞ്ഞ മുഴുക്കൈയൻ ജുബ യുമിട്ടു കുറ്റിത്താടിയുമായി നല്ലപൊക്കമുള്ള ഒരാൾ എന്റെ നേർക്കുവരു ന്നു. എന്തോ പന്തികേടുണ്ടോ എന്നു സംശയം തോന്നും. അടുത്തെ ത്താനും ആഗതൻ കൈകൂപ്പി 'സാറിനു 101 നമസ്കാരം' എന്നു പറ ഞ്ഞു. കേവലം നമസ്കാരമല്ല, നൂറു നമസ്കാരവുമല്ല, 101 നമസ്കാര മാണ് പറയുന്നത്. പന്തികേട് ഏതാണ്ട് അതിനാൽ ഉറപ്പിച്ചു കൊണ്ടു ഞാൻ പറഞ്ഞു. "എനിക്കു മനസ്സിലായില്ല."

"അല്ലെങ്കിലും സാറിനു മനസ്സിലാവുകയില്ല" തട്ടിക്കയറുന്ന മട്ടിലാണ് മറുപടി. അദ്ദേഹം തുടർന്നു: "ഞാൻ ഒരു റിട്ടയർഡ് അദ്ധ്യാപകനാണ്. അഞ്ചലിലാണു സ്വദേശം. എന്റെ പി എഫ് തുക വാങ്ങാൻ നാലു തവണ ഞാൻ ഏജീസ് ആഫീസിൽ പോയി. കാര്യം നടന്നില്ല. ഇച്ഛാഭംഗപ്പെട്ടി രിക്കുമ്പോഴാണ് *മാതൃഭൂമി*യിൽ സാറിന്റെ കവിത കാണുന്നത്. ഇനി

വല്ലതും നടക്കുമെന്നു ഞാൻ കരുതി. ദാ കഴിഞ്ഞയാഴ്ച എന്റെ ഓർഡർ അടിച്ചു കൈയിൽ കിട്ടി. സാറിനു 101 നമസ്കാരം!"

എനിക്കുണ്ടായ സംതൃപ്തി ചില്ലറയായിരുന്നില്ല. അദ്ദേഹം വേഷ ത്തിൽ എന്റെ നാരായണൻ പണ്ടാരത്തെ ധനിപ്പിക്കുന്നയാളായിരുന്നെ ങ്കിലും, നല്ല വായനയുള്ള പണ്ഡിതനായ ഒരു വ്യക്തിയായിരുന്നു. എനിക്കു കിട്ടിയിട്ടുള്ള അവാർഡുകളിൽ വച്ചു ശ്രേഷ്ഠം ഈ നൂറ്റൊന്നു നമസ്കാരം ആണെന്ന് എനിക്കു തോന്നി. ഞാൻ അദ്ദേഹത്തിന്റെ കൈപി ടിച്ചു നമിച്ചു കൊണ്ടു പറഞ്ഞു. "അങ്ങേയ്ക്കും 102 നമസ്കാരം.!"

(ആളില്ലാകസേരകൾ 1991 ആഗസ്ത് 10)

ഫയലുകൾക്കും ഒരു ജാഥ

കേരളത്തിന്റെ ഭരണസിരാകേന്ദ്രമായ സെക്രട്ടേറിയറ്റിനു മുന്നിൽ വിശാലമായ മൈതാനം. മൈതാനത്തിന്റെ പടിഞ്ഞാററികിൽ മെയിൻറോഡ്. ഒത്തനടുവിൽ റോഡരികിലായി നീതിഇഞ്ജരിൽ നീതി ഇഞ്ജൻ എന്ന പേരു കേട്ട വേലുത്തമ്പി ദളവായുടെ ഒരു കൂറ്റൻ പൂർണ്ണ കായ പ്രതിമ സ്ഥാപിച്ചു. അന്ന് തിരുവനന്തപുരത്തു ജോലിയായിരുന്ന ഞാൻ പ്രതിമ കാണാൻ പോയി. താഴ്ന്ന ക്ലാസിൽ പഠിക്കുമ്പോൾ പരമു പിള്ള സാറാണ് ആവേശം തോന്നുമാറ് വേലുത്തമ്പിയുടെ ചരിത്രം ഉള്ളിൽ കയറ്റിയത്. സ്വന്തം അമ്മയ്ക്കു കരം ഒഴിവാക്കി ഭൂമി പതിച്ചു കൊടുത്തതറിഞ്ഞ് കണ്ടെഴുത്തു പിള്ളയുടെ കൈവിരൽ മുറിച്ചു കളഞ്ഞ അത്ര നീതിനിഷ്ഠനായ ഭരണാധികാരി. പ്രതിമ ഗംഭീരമായിട്ടുണ്ട്. കൈയിൽ ഉടവാളും ഉണ്ട്. റോഡിലേക്ക് അഭിമുഖമായാണ് നില്പ്. കണ്ട പ്പോൾ എനിക്കാദ്യം തോന്നിയ വികാരം കവിതയാക്കിയിട്ടുണ്ട്.

"ഉണ്ടല്ലോ തന്നമ്മയ്ക്കു സൗജന്യമേറെചെയ്ത–

കണ്ടെഴുത്തു പിള്ളതൻ കൈയരിഞ്ഞൊരു ഖണ്ഡം!"

അടുത്തതായി എനിക്കു തോന്നിയ ചിന്ത, ഉഗ്രശാസനനായ വേലു ത്തമ്പിദളവാ നോക്കി നില്ക്കേണ്ടത് റോഡിലൂടെ ഒഴുകുന്ന ജനങ്ങളെ യാണോ? ഭരണത്തിന്റെ മുഖ്യകേന്ദ്രവും, അനാസ്ഥയുടെയും അഴിമതി യുടെയും കുത്തരങ്ങുമായ സെക്രട്ടേറിയറ്റിലേക്കല്ലേ? വാളുയർത്തി അങ്ങോട്ടെത്തേണ്ടതല്ലേ? ചുവപ്പുനാടയ്ക്കും, കൈക്കൂലിക്കും, അഴിമതി കൾക്കും എതിരേ അത്യുഗ്രമായ ശിക്ഷണ നടപടി എടുക്കുവാൻ? പ്രതി മയ്ക്ക് ഇതൊന്നും ആവില്ലെന്ന തിരിച്ചറിവും ഒപ്പം മനസ്സിലുണ്ട്.

രാത്രി ഉറങ്ങുവാൻ കിടക്കുമ്പോഴാണ് എഴുതാനുള്ള കാവ്യവിഷയം പലപ്പോഴും മനസ്സിലൂടെ ഇഴഞ്ഞു നീങ്ങുന്നത്. മരങ്ങൾക്കും മൃഗ

ങ്ങൾക്കും ആൾ അവസ്ഥ നല്കി ആശയം ആവിഷ്കരിക്കുന്ന പ്രവണത സാഹിത്യത്തിലുണ്ടല്ലോ. വേലുത്തമ്പിക്ക് അങ്ങോട്ടു പോകാൻ ആവുക യില്ലെങ്കിൽ സെക്രട്ടേറിയറ്റിൽ നാനാവിധ പിഴവുകൾക്കടിപെടുന്ന ഫയ ലുകൾ സങ്കടം പറയാൻ വേലുത്തമ്പിയുടെ അടുക്കലേയ്ക്കു വരട്ടെ എന്നെനിക്കു തോന്നി. ഫയലുകൾക്ക് ആളത്തം (personification) നല്കു ക. സെക്രട്ടേറിയറ്റിൽ നിന്നും, ദുരിതമനുഭവിക്കുന്ന ഫയലുകൾ ഇറങ്ങി ഒരു ജാഥയായി വേലുത്തമ്പിയുടെ മുമ്പിലെത്തുക. ഫയലുകളുടെ ജാഥ എത്ര രസമായിരിക്കുമെന്നു ഞാൻ എന്റെ ഭാവനയിൽ കണ്ടു.

സാധാരണ ഒന്നു കിടന്നുറങ്ങിയിട്ട് ഉണർന്ന് ഒരു മണിക്കും നാലിനും ഇടയിൽ രണ്ടു മണിക്കൂർ കാവ്യരചന നടത്തുന്നതാണ് എന്റെ ശീലം. ഏകാഗ്രതയ്ക്ക് ഉതകിയ സമയം. ഫയലുകളുടെ ജാഥ ഒരു അസാധാര ണവും അസംഭവ്യവുമായ സംഗതിയാകയാൽ 'അത്ഭുതം' എന്ന പദ ത്തിൽ കവിത തുടങ്ങുന്നതാകും ഉചിതം എന്നു തോന്നി. അതിനാൽ ആ പദത്തിനുശേഷമാണ് തലസ്ഥാനത്ത് സർക്കാരാഫീസുകളിൽ നിന്നും പയലുകൾ നീങ്ങിയ കാര്യം പറയുന്നത്. അനുവാചകരുടെ സങ്കല്പ ത്തിലെ വിശ്വാസ്യത ഉറപ്പിക്കാൻ ഈരടിക്കൊടുവിൽ ഒന്നല്ല രണ്ടു തവണ സത്യ പ്രസ്താവന നടത്തുകയും ചെയ്യുന്നു.

"അത്ഭുതം! ഫയലുകൾ ജാഥയായ് നീങ്ങി സർക്കാ-
രാഫീസിൽ നിന്നും തലസ്ഥാനത്തു; സത്യം സത്യം!"
തൃപ്തികരമായ ഒരു തുടക്കം കിട്ടിയാൽ ഭാവനയ്ക്കു മുന്നോട്ടു പോകുവാൻ പിന്നെ എളുപ്പമാണ്.

തുടർന്നു ജാഥയുടെ സമയനിർണ്ണയമാണ്. സർക്കാർ ആഫീസുക ളിലെ അരാജകത്വം വെളിവാക്കാൻ പറ്റിയ ഒരു സമയം കണ്ടെത്തിയ താണ് പന്ത്രണ്ട് മുപ്പത്തഞ്ച്. പന്ത്രണ്ടരയ്ക്കേ 'വിശക്കും മൃഗ'ങ്ങളിലെ എല്ലാ കേധറും ഉണ്ണാൻ പോയിരിക്കുന്നു. മോളിലായി പങ്കകൾ കറങ്ങു ന്നു. താഴേ ആളില്ലാകസേരകൾ പ്യൂണില്ലാകവാടങ്ങൾ! ഇതു തന്നെ തര മെന്നു കണ്ടാണ് ഫയലുകൾ ജാഥയായി പുറത്തേക്കിറങ്ങിപ്പോകുന്നത്. അലമാര, മേശ, ഷെൽഫ്, എലി കൂട്ടിരിക്കുന്ന മുല – എല്ലായിടത്തുനി നുമാണ് ചാടിപ്പോക്ക്.

ഫയലുകൾ സഹിക്കുന്ന യാതനകൾ ചിത്രീകരിക്കണം. അടുത്ത ഖണ്ഡിക അതിനു വിനിയോഗിക്കണം. പീഡകൾ സഹിക്കേണ്ടതിത്ര ഗുരു തരമെങ്കിൽ ഫയലുകൾ ചാടിപ്പോകുക തന്നെ ചെയ്യുമെന്നു തോന്നണം. ചുവപ്പുനാടയ്ക്കുള്ളിൽ വീർപ്പുമുട്ടുന്നവർ, ശവക്കച്ചപോലെ മോളിൽ പൊടികട്ടിയായ് പിടിച്ചവർ, നാടപൊട്ടിയവർ, സ്വന്തം നാടയെ നഷ്ടപ്പെട്ട വർ, അങ്ങിങ്ങു പമ്പരം കറങ്ങിയവർ, പാറ്റ തിന്ന് ഉടൽ പാതിയായവർ, ചുറ്റും നാറ്റം പരത്തുന്നവർ, ചുണ്ടെലി കരണ്ടവർ, മുഷ്കരരായ ഉദ്യോ ഗസ്ഥരുടെ മർദ്ദനം മൂലം ജീവരക്തം വാർന്നവർ, നട്ടെല്ലൊടിഞ്ഞവർ, ചത ഞ്ഞവർ, (അല്പമൊരശ്ലീലം ദ്യോതിക്കുമാറ്) ജനനേതാക്കൾ ഗൂഢം കൈക്കടത്തി മാനധനവും ചാരിത്ര്യവും നശിച്ചവർ, മന്ത്രിപുംഗവർ സ്വന്തം

നിലനില്പിന് പലവട്ടം കീഴ്മേല്‍ തകിടം മറിച്ചവര്‍– പാവങ്ങള്‍ ഫയലു കള്‍! അവരാണ് ആര്‍ജ്ജിത വീര്യത്തോടെ നടുറോഡില്‍ ജാഥയായി ഇറങ്ങിപ്പോകുന്നത്.

ചിത്രീകരണം എനിക്കു നന്നേ ബോധിച്ചു. ഞാന്‍ കവിതയെഴുതു മ്പോള്‍ എന്റെ മുന്നില്‍ സമൂഹത്തിലെ പല നിലയിലുള്ളവരുടെ മുഖ ങ്ങള്‍ തെളിഞ്ഞു നില്‍ക്കുന്നതായി എനിക്കു തോന്നും. എന്റെ മുഖവും അതിനിടയില്‍ നില്‍ക്കുന്നതായി എനിക്കു കാണാം. ഓരോ ഭാഗവും അവര്‍ക്കു തൃപ്തിയായോ എന്നതാണെന്റെ നോട്ടം. തൃപ്തിയാകും വരെ വെട്ടിത്തിരുത്തിയാണെന്റെ എഴുത്ത്. ഒരു ഖണ്ഡം അവര്‍ക്കു തൃപ്തി കരമായെന്നു തോന്നത്തക്കവിധം പൂര്‍ത്തിയാക്കിയാലേ, അടുത്ത ഖണ്ഡ ത്തിന്റെ രചന തുടങ്ങാന്‍ എനിക്കു സാധിക്കൂ. അതും ഒരു ഇടവേള കഴി ഞ്ഞ്, ഫയലുകളുടെ ദുരിതാവസ്ഥയുടെ ചിത്രീകരണം, എന്റെ മുന്നിലെ സങ്കല്പജനശ്രേണിയുടെ കൂടെ നില്‍ക്കുന്ന എനിക്കു നന്നേ പിടിച്ചു എന്നാണ് പറഞ്ഞതിനര്‍ത്ഥം. ഒരനുഗൃഹീതസന്ദര്‍ഭത്തിലാകുന്നു അതെ ഴുതിയതെന്നാണ് തോന്നുന്നത്.

ഫയലുകള്‍ ജാഥയ്ക്കിടയില്‍ വിളിക്കുന്ന മുദ്രാവാക്യങ്ങള്‍ക്കാണ് അടുത്ത സ്ഥാനം. നിയമനീതികളില്ല; സമയം പോലെ കൈക്കൂലി; ഇവ യുടെ നടുവില്‍ നേരെ ചൊവ്വേ ജീവിക്കാന്‍ വയ്യ. എല്ലാ പാര്‍ട്ടിക്കാരും ചെയ്യുന്നതുപോലെ പ്രിയപ്പെട്ട പൊതുജനത്തോടാണ് ഫയലുകളുടെ പരാതിയും. ഉദ്യോഗസ്ഥരില്‍ കര്‍മ്മോത്സാഹവും ചുമതലാബോധവും നേതാക്കളില്‍ ധാര്‍മ്മികബോധവും ഉണര്‍ന്നിട്ടേ–

"അഴിമതിമാറിടുമാപ്പീസുകളില്‍
കയറൂ ഞങ്ങള്‍ കട്ടായം!"
എന്നതാണ് ഫയലുകളുടെ നിലപാട്.

ഫയലുകളുടെ ജാഥ വേലുത്തമ്പിയുടെ മുന്നിലെത്തി, കണ്ണുതുറ ക്കാനും, ദണ്ഡനമുറകള്‍ പുറത്തെടുക്കാനും അപേക്ഷിക്കുന്നു:

"തിരിയൂ കിഴക്കോട്ടുവാളുയര്‍ത്തി നീ, വെട്ടി–
യരിയൂ സ്വാര്‍ത്ഥം പക്ഷപാതങ്ങളന്യായങ്ങള്‍;
ഖണ്ഡമായ് നുറുക്കുക കൈക്കൂലിക്കരം വെട്ടി–
ത്തുണ്ടമാക്കുക പൊതുമുതല്‍ ധൂര്‍ത്തടിപ്പോരെ!"
അവരുടെ കൊടുംക്രൂരമായ അപേക്ഷകള്‍ക്ക്, അവര്‍ വ്യക്തമാ ക്കുന്ന സാധൂകരണം നമ്മുടെ നാടുപോലെ അഴിമതിയും സ്ത്രീപീഡ നവും കൊടികുത്തി വാഴുന്ന ഒരിടത്ത് യുക്തമാണ്:

"പേടിയില്‍ നിന്നല്ലാതെ പൗരബോധമുണ്ടാകാന്‍
നേടിയില്ലല്ലോ മര്‍ത്ത്യര്‍ സംസ്കാരമീരാജ്യത്തില്‍!"
വധശിക്ഷയും മറ്റും മാറ്റാന്‍ മാത്രം പൗരബോധം ഇവിടെ വളര്‍ന്നി ട്ടില്ല. കുറ്റം തെളിഞ്ഞ രണ്ട് അഴിമതിക്കാരെയും കൈക്കൂലിക്കാരെയും സ്ത്രീപീഡനക്കാരെയും തൂക്കിക്കൊല്ലൂ. നമ്മുടെ നാട്ടില്‍ രാപകല്‍ വ്യത്യാസമുണ്ടാകും. നാലു ജീവപര്യന്തം തുടര്‍ച്ചയായി അനുഭവിക്കണ

മെന്നു വിധിച്ചാലും ഈ ഫലം ഉണ്ടാവുകയില്ല.

അധികാരകേന്ദ്രങ്ങൾ നിസ്സഹായതയുടെയും അകർമ്മണ്യതയു ടെയും ആസ്ഥാനങ്ങളാണിന്ന്; പ്രതിമപോലെ. രാഷ്ട്രീയത്തിൽ അധികാ രമില്ലാത്ത ആദർശശാലികളുടെ ഗതി കേവലം പ്രതിമയ്ക്കു സമാനവും. കവിതയുടെ പര്യവസാനത്തിന്റെ ധ്വനി ഇതാണ്.

വിമർശ ഹാസ്യ കവിതയ്ക്കു മാറ്റുകൂട്ടുന്നത് അതിന്റെ 'സാറ്ററിക്കൽ എൻഡ്' ആണ്. ധർമ്മവും ന്യായവും മണ്ണടിക്കാവിൽ കൊല്ലപ്പെട്ടു പോയത് ഒരു ഹാസ്യാത്മക പര്യവസാനമല്ല. അതിനു പരിഹാരമായി ട്ടാണ് സ്വകാര്യമാത്രഹൃദയരായ പുതിയ മന്ത്രിമാർ ഫയലുകൾ ജാഥ യായി ഇറങ്ങിപ്പോയ വിവരമറിഞ്ഞ് സെക്രട്ടേറിയറ്റിൽ ഓടിയെത്തുന്ന തും, പേഴ്സണൽ സ്റ്റാഫിനോട്:

"തൊന്തരവായല്ലോ, നാമെന്തിനിച്ചെയ്യാനിപ്പോൾ?

ഹന്ത, പോയ് നോക്കൂ നിങ്ങൾ ടി എ തൻ ഫയൽ പോയോ?"

എന്നു തിരക്കുന്നതും. വേലുത്തമ്പിയെയും ആധുനിക മന്ത്രിമാ രെയും തുലനം ചെയ്യുന്ന ഈയൊരു പര്യവസാനം കണ്ടെത്തുംമുമ്പ് അതുമിതും ആലോചിച്ചു രണ്ടു ദിവസം നീക്കിയ കാര്യം കൂടി ഞാൻ ഇപ്പോൾ ഓർത്തുപോകുന്നു.

(ജാഥ–1971 ഡിസംബർ 31)

'വ്യഭിചാര' ചരിത്രം

ആയിരത്തിത്തൊള്ളായിരത്തി അറുപത്തിയെട്ടിൽ ആണ് 'വ്യഭി ചാരം' എന്ന കവിതയുടെ രചന. നടന്ന ഒരു സംഭവത്തിന്റെ പശ്ചാത്തല ത്തിലാണ് കാവ്യപ്രതിഭ വികസിക്കുന്നത്.

ഹൈസ്കൂളിൽ മലയാളം പഠിപ്പിക്കാനുള്ള യോഗ്യതയാണ് 'സാഹി ത്യവിശാരദ്' പരീക്ഷയിലെ വിജയം. മദ്രാസ് സർവ്വകലാശാലയിലെ വിദ്യാ നുതുല്യം സർ സി പി രാമസ്വാമി അയ്യർ കേരള സർവ്വകലാശാലയിൽ തുടങ്ങിയതാണ് 'സാഹിത്യവിശാരദ്.'

1967 ൽ ഞാൻ സാഹിത്യവിശാരദ് പരീക്ഷയുടെ ചീഫ് എക്സാമി നർമാരിൽ ഒരാളായിരുന്നു. ചീഫ് എക്സാമിനറുടെ കീഴിൽ ആറേഴ് അസി സ്റ്റന്റ് എക്സാമിനർമാരുണ്ടാകും. അസിസ്റ്റന്റുമാർ മാർക്കിട്ട ഉത്തരക്കട ലാസുകൾ റീവാലുചെയ്യുന്നതിനുള്ള അധികാരം ചീഫിനുണ്ട്.

എന്റെ പിതാവ് മലങ്കര ഓർത്തഡോക്സ് സഭയിലെ ഒരു പുരോഹി തനാണ്. അപ്പൻ കുർബ്ബാന ചൊല്ലുന്നതു പോലെ ഒരു പവിത്രകർമ്മമാ യിട്ടാണ് ഞാൻ പബ്ലിക് പരീക്ഷയുടെ കടലാസു നോട്ടം കൈകാര്യം ചെയ്യുന്നത്. അന്നു ഞാൻ കേരള സർവ്വകലാശാലയിൽ മലയാളം വകു പ്പിൽ ലക്ചററായി ജോലി ചെയ്യുകയായിരുന്നു.

പ്രശസ്തമായ ഒരു കോളേജിലെ മലയാളം വകുപ്പിന്റെ അദ്ധ്യക്ഷൻ എന്റെ വീട്ടിലേക്കു വരുന്നു. പ്രായം കൊണ്ട് ബഹുമാന്യൻ. ക്രിസ്തീയ സഭാംഗവും. തന്റെ കാലം കഴിഞ്ഞാൽ ക്രിസ്തീയ സഭയിലെ മലയാള പരമാധികാരിയായി എന്നെയാണ് വാഴിക്കാൻ ഉദ്ദേശിക്കുന്നതെന്ന അവ കാശഭാവത്തിലാണു വരവ്.

വന്നതിന് ഒരു ദുരുദ്ദേശ്യമുണ്ടെന്നു ക്രമേണ മനസ്സിലായി. മറ്റൊ ന്നുമല്ല. ഒരു കുട്ടിയെ പരീക്ഷയിൽ ജയിപ്പിക്കണം. പാസ്സ്മാർക്കായ 35 കൊടുത്താൽപ്പോരാ, എമ്പതു തൊണ്ണൂറുശതമാനം മാർക്കു കൊടുക്ക

ണം. ഗ്രൂപ്പ് മിനിമം സുരക്ഷിതമാക്കാനാണ്. പരീക്ഷയ്ക്ക് 9 പേപ്പർ ഉള്ളത് മൂന്നു വീതം മൂന്നു ഗ്രൂപ്പാക്കിയിട്ടുണ്ട്. ഒരു ഗ്രൂപ്പിലെ ഒരു വിഷയത്തിനു മാർക്കു കുറഞ്ഞാലും മറ്റുള്ളതിനു കൂടുതൽ മാർക്കുണ്ടെങ്കിൽ കുട്ടി രക്ഷ പ്പെടും. ശരാശരി എടുക്കുമ്പോൾ പാസ്സുമാർക്കുണ്ടായാൽ മതി. മറ്റു രണ്ടു വിഷയങ്ങൾക്കും തീരെ കുറയാനുള്ള സാദ്ധ്യത മുന്നിൽക്കണ്ടാണ് ഇതിന് എമ്പതു തൊണ്ണൂറു ശതമാനം ഡിമാന്റ് വച്ചത്.

തന്റെ സാന്നിദ്ധ്യത്തിൽത്തന്നേ ഉത്തരക്കടലാസെടുത്തു മാർക്കിടു വാനുള്ള 'ഗുരുതന്ത്രം' ഞാൻ അപ്പാടേ വീറ്റോ ചെയ്തു. നായർ കുട്ടിയാണ്. ജയിച്ചാൽ പള്ളിവക സ്കൂളിൽ ജോലി നൽകും. ജോലി നൽകിയാൽ സ്കൂളിലേക്ക് റോഡിനുള്ള സ്ഥലം നായർ വിട്ടു നൽകും. ഇപ്പോൾ ഒരു ചെറു വഴിയേ സ്കൂളിലേയ്ക്കുള്ളൂ. അദ്ദേഹം പോകാതെ ഇങ്ങനെ ഓരോ വാദം നിരത്തിക്കൊണ്ടിരുന്നു. ശല്യം ഒഴിവാക്കാൻ ഞാൻ പറഞ്ഞു: "ബോർഡർ കേസിലെങ്ങാനും വന്നാൽ നമുക്കു ജയിപ്പിക്കാമെന്നേ. സാറു പോക്കണം."

ജയിക്കാൻ വേണ്ടത് നൂറിൽ മുപ്പത്തഞ്ചു മാർക്കാണെന്നിരിക്കട്ടെ. ഒരു കുട്ടിക്ക് 34 മാർക്കു കിട്ടിയെങ്കിൽ ഏതെങ്കിലും ഉത്തരത്തിന് അര മാർക്കു കൂടി കൊടുത്ത് മുപ്പത്തിനാലര ആക്കുന്നു. മാർക്ക് റൗണ്ട് ചെയ്യുമ്പോൾ 35 ആകുന്നു. കുട്ടി ജയിക്കുന്നു. മുപ്പത്തിമൂന്നര കിട്ടിയാലും ചിലപ്പോൾ ഈ സൗജന്യം നൽകിയെന്നിരിക്കും. ഇതാണ് ബോർഡർ കേസ് എന്നതു കൊണ്ട് ഉദ്ദേശിക്കുന്നത്.

ഒരു മുതുമുട്ടൻ ചിരിയും ചിരിച്ചുകൊണ്ട് ഗുരുകല്പൻ ചോദിച്ചു: "അപ്പോൾ ബോർഡർ കേസിൽ വന്നാൽ ചാക്കോച്ചൻ കുട്ടിയെ ജയിപ്പിക്കുമോ?"

"അതല്ലേ ഇപ്പോൾ പറഞ്ഞത്?" ഞാൻ പ്രതികരിച്ചു.

"എങ്കിൽ കുട്ടിക്ക് എമ്പതോ തൊണ്ണൂറോ ശതമാനം നൽകുന്നതിൽ ഒരു തെറ്റുമില്ല. ഞാൻ ഉദാഹരണം പറയട്ടെ?" അദ്ദേഹം ആരാഞ്ഞു.

"ഇതിനൊക്കെ എന്താ, സാർ ഉദാഹരണം പറയാൻ?" എന്റെ ചോദ്യ ത്തിന് അദ്ദേഹം നൽകിയ ഉത്തരം ഒരു അശ്ലീല വിഭവമായിരുന്നു. അത് ഞാൻ പില്ക്കാലം കവിതയിലാക്കിയത് ഉദ്ധരിക്കാം:

"ആയിടാം വ്യഭിചാരമഞ്ചുമിന്നിട്ടെന്നാകിൽ
ആവതിൽ തെറ്റെന്താണൊരമ്പതു മിന്നിട്ടോളം!"

ഞാൻ അദ്ദേഹത്തോട് ഇറങ്ങിപ്പോകാൻ പറഞ്ഞു. നീതിയുടെയും സംസ്കാരത്തിന്റെയും ലക്ഷ്മണരേഖ ലംഘിച്ചെന്നു കണ്ടാൽ പൊതുവേ ശാന്തസ്വഭാവക്കാരനായ എനിക്ക് ആരോടും രൂക്ഷമായി പ്രതികരിക്കാൻ ഒരു വിഷമവുമില്ല. അതാണെന്റെ പ്രകൃതം.

സംഭവം മായാതെ എന്റെ ഉള്ളിൽ നീറിപ്പിടിച്ചുകിടന്നു. ജയത്തിന്റെ അഞ്ചയൽപക്കത്തു പോലും വരാൻ യോഗ്യതയില്ലാത്ത ഒരു കുട്ടിക്കു വേണ്ടിയായിരുന്നു പ്രൊഫസർ ശുപാർശയുമായി വന്നത്. എന്റെ ധാർമ്മി കരോഷം 'വ്യഭിചാരം' എന്നപേരിൽത്തന്നേയുള്ള ഒരു കവിതയായി രൂപം കൊണ്ടു. അവകാശബോധത്തോടെ വന്ന തലതൊട്ടപ്പൻ പറഞ്ഞ ഉദാ ഹരണം തന്നേ ജനത്തെ ചിരിപ്പിക്കുന്നതാകയാൽ, രചന വിമർശഹാ സ്യമാക്കുന്നതിന് എനിക്കു കൂടുതൽ യത്നിക്കേണ്ടിവന്നില്ല.

(വ്യഭിചാരം 1968 മാർച്ച് 8)

പേരില്ലാത്ത ഒരു മേനോൻ

ആയിരത്തിത്തൊള്ളായിരത്തി അമ്പത് ജൂണിലാണ് ഞാൻ മല
യാളം ഓണേഴ്സ് പഠനത്തിന് തിരുവനന്തപുരത്ത് യൂണിവേഴ്സിറ്റി
കോളേജിൽ ചെന്നു ചേരുന്നത്. ഹൈസ്കൂൾ പഠനം കഴിഞ്ഞാൽ ഇന്റർമീ
ഡിയറ്റ് രണ്ടു വർഷം, ഡിഗ്രിക്കു രണ്ടുവർഷം, പോസ്റ്റ് ഗ്രാജ്വേഷനു രണ്ടു
വർഷം– ഇതാണു സാധാരണപഠനരീതി. ചില കോളേജുകളിൽ, ചില
വിഷയങ്ങൾക്ക്, അപൂർവ്വമായി ഓണേഴ്സ് കോഴ്സ് ഉണ്ട്. അതു ഇന്റർമീ
ഡിയറ്റും കഴിഞ്ഞാൽ മൂന്നു വർഷത്തെ ഇന്റൻസീവ് കോച്ചിങ്ങാണ്.
യൂണിവേഴ്സിറ്റി കോളേജിൽ മലയാളത്തിന് ഓണേഴ്സ് കോഴ്സ് ഉണ്ട്.
ഇന്റർമീഡിയറ്റിന് സെക്കൻഡ് ഗ്രൂപ്പെടുത്തു നല്ല മാർക്കോടെ ജയിച്ച
ഞാൻ ഉപരിപഠനം മലയാളം ഓണേഴ്സ് കോഴ്സിൽ ആകാമെന്നു നിശ്ച
യിച്ചു. മലയാളം ഹയർ, സാഹിത്യ വിശാരദ് പരീക്ഷകൾ ജയിച്ചിട്ടുള്ള
എനിക്ക് മലയാളം പഠനം സുഗമമായിരിക്കുമെന്നും നല്ല നിലയിൽ ജയി
ച്ചാൽ കോളേജ് അദ്ധ്യാപകനാകാമെന്നും ഉള്ളതായിരുന്നു കണക്കുകു
ട്ടൽ. ഡോ. കെ ഗോദവർമ്മയായിരുന്നു മലയാളം പ്രൊഫസർ. എന്റെ
പരീക്ഷായോഗ്യതകളിൽ സന്തുഷ്ടനായ അദ്ദേഹം സന്തോഷത്തോടെ
പ്രവേശനം തന്നു. ഞാൻ കെട്ടും കിടക്കയുമായി ഓണേഴ്സ് പഠനത്തിന്
തിരുവനന്തപുരത്തെത്തി.

ആവുന്നിടത്തൊക്കെ കവിതയും കഥയും ഏകാങ്കനാടകവും പുസ്ത
കനിരൂപണവും മറ്റുമെഴുതി സാഹിത്യകാരൻ എന്നപേര് നാട്ടുകാരുടെ
ചുണ്ടത്ത് ഒട്ടിച്ചു കഴിഞ്ഞിരുന്നു ഞാൻ. പോരെങ്കിൽ 'സാഹിത്യവിശാ
രദ്' പരീക്ഷ സ്റ്റേറ്റ് റാങ്കോടെ ജയിച്ച് പിറവം ഹൈസ്കൂളിൽ രണ്ടുകൊല്ലം
മലയാളം പണ്ഡിറ്റായി ജോലി ചെയ്തശേഷമാണ് ഉപരിപഠനത്തിനു
പോകുന്നത്. അങ്ങനെ നാട്ടിലെ മലയാളത്തിന്റെ കുത്തകാവകാശക്കാ

രന് ഓണേഴ് പഠനം ഒരു കർമ്മം കഴിക്കൽ മാത്രമാണെന്ന വിചാരത്തോ
ടുകൂടിയാണു ചെന്നുചേരുന്നത്. പക്ഷേ, ഒട്ടും പ്രതീക്ഷിക്കാത്ത ഒരു
കടമ്പകയറ്റമാണ് എന്നെ അഭിമുഖീകരിച്ചത്. അത് ഞാൻ 'പേരില്ലാമേ
നോൻ' എന്ന ഒരു കവിതയായി പില്ക്കാലം രേഖപ്പെടുത്തിയിട്ടുണ്ട്. അതി
ലൂടെ പോകാം.

സംഭവം നടക്കുന്നത് 1950 ൽ ആണെന്നും, അനന്തപുരിയിലെ ശ്രീപ
ത്മനാഭൻ ഒന്നാം സാക്ഷിയാണെന്നും, ആലുവാ യു സി കോളേജിൽ
എന്റെ ഗുരുവായിരുന്ന അമ്പലപ്പുഴ രാമവർമ്മ കൂടി കഥാപാത്രമാണെന്നും
ക്രിസ്ത്യാനിയായ ഞാൻ പത്മനാഭസ്വാമി ക്ഷേത്രത്തിൽ കയറിയ കുറ്റ
ത്തിനു പുണ്യാഹം നടത്തണമെങ്കിൽ തയ്യാറാണെന്നും പറഞ്ഞാണ് കവി
തയുടെ തുടക്കം. വായനക്കാരിൽ കാര്യമായ ഒരു ഉദ്വേഗം ഉണർത്തി
യിട്ടു കാര്യം പറയാം എന്നതാണ് രചനാതന്ത്രം.

സംഭവത്തിലേക്കു കടക്കാം. ഡോക്ടറാകുവാൻ സെക്കൻറ് ഗ്രൂപ്പെ
ടുത്തു പഠിച്ചവനാണ് ഞാൻ. പിതാവിനു സംഭവിച്ച അപകട വീഴ്ചയാൽ
ലക്ഷ്യം കൈവിടേണ്ടിവന്നു. പിന്നീടാണ് മലയാളം ഓണേഴ്സിനു ചേരു
ന്നത്. ഞാൻ ഉൾപ്പെടെ ഓണേഴ്സിന് അഞ്ചും എം എയ്ക്കു രണ്ടുപേരു
മാണ് അക്കൊല്ലം കേരളത്തിൽ മലയാള പഠനത്തിനെത്തുന്നവർ.
ഓണേഴ്സ് പഠനത്തിനു ഒരു ഐച്ഛികവിഷയമുണ്ട്. അതാണു പഠന
ത്തിന്റെ നട്ടെല്ല്. അതിലെ പ്രാഗത്ഭ്യമാണ് ഉന്നതവിജയത്തിന്റെ ഉരകല്ല്.
അവിടെയാണ് വിധി എന്റെ മുന്നിൽ കടമ്പ കെട്ടിയത്. മലയാളത്തിലെ
'ആഖ്യായികകൾ' ആയിരുന്നു അതുവരെ ഐച്ഛികവിഷയം. എന്നാൽ
അക്കൊല്ലം മുതൽ ഐച്ഛികവിഷയം 'കഥകളി' ആക്കുകയാണ്. ആട്ട
ക്കഥാ സാഹിത്യവും കഥകളിയെന്ന കലയും നുള്ളിക്കീറിപ്പഠിക്കണം.
ഞങ്ങൾ അഞ്ചുപേരിൽ ഞാൻ മാത്രമാണു ക്രിസ്ത്യാനി. കഥകളിയുടെ
ചെണ്ടകൊട്ടുപോലും ഞാൻ കേട്ടിട്ടില്ല. മറ്റെല്ലാവർക്കും മുഖപരിചയമെ
ങ്കിലുമുണ്ട്. ഒരു സഹപാഠിയായ വി കെ കൃഷ്ണവാരിയർ കഥകളിയുടെ
ആശാൻ. വിദ്യാർത്ഥികളിൽ ഒന്നാമൻ എന്ന എന്റെ സങ്കല്പമെല്ലാം പറ
ന്നുപാളീസായി. ഓണേഴ്സിന് ഫസ്റ്റ് ക്ലാസ് നല്കുന്നത് തീരെ അപൂർവ്വം.
ഒരു സെക്കൻഡ് ക്ലാസ് വിജയത്തിനുപോലും ഞാൻ സാദ്ധ്യത കാണു
ന്നില്ല. മൂന്നാം ക്ലാസും കൊണ്ട് കോളേജ് ഉദ്യോഗത്തിന്റെ പടി കയറാൻ
പോലും ഒക്കുകയുമില്ല. എന്തുചെയ്യണം?

സുവോളജിക്കുചെന്നു ചേരാം. ഡിഗ്രി മതിയെന്നുവയ്ക്കാം. അതിൽ
ഞാൻ ഇതുപോലെ മോശമാകില്ല. സുവോളജി പ്രൊഫസർ ഡോ. കെ
ഭാസ്കരൻ നായരെ ചെന്നു കണ്ടു. അഡ്മിഷൻ ക്ലോസ് ചെയ്തു. എന്റെ
മാർക്കുകൾ കണ്ട അദ്ദേഹം അപേക്ഷിച്ചിരുന്നെങ്കിൽ റോപ് റാങ്കിൽ
അഡ്മിഷൻ കിട്ടുമായിരുന്നല്ലോ എന്നുകൂടി പറഞ്ഞപ്പോൾ 'കഥ
കളി'യുടെ ചെണ്ടകൊട്ട് എന്റെ ഹൃദയത്തിലായി.

വിധി എപ്പോഴും എന്നെ തുണയ്ക്കാൻ എത്താറുണ്ട്. "കഥകളിയെ
ങ്കിൽ കഥകളി" എന്നു മനംനൊന്തുകഴിയുമ്പോൾ ഒരു സംഭവം, യു സി

കോളേജിൽ ഇൻ്റർമീഡിയറ്റിന് എൻ്റെ അദ്ധ്യാപകനും, കഥകളി അരച്ചു കലക്കി കുടിച്ചിട്ടുള്ളവനുമായ അമ്പലപ്പുഴ രാമവർമ്മ സാർ എം എ യ്ക്കു വന്നു ചേർന്നു. മലയാളം ബി എ റാങ്കോടെ ജയിച്ച് യു സി കോളേജിൽ ട്യൂട്ടറായി ഒരു കൊല്ലം ജോലി ചെയ്തപ്പോഴാണ് അദ്ദേഹത്തിന്റെ ശിഷ്യ നായി ഞാൻ ആലുവായിൽ പഠിച്ചത്. ഞാൻ എന്റെ ധർമ്മസങ്കടം സാറി നോടു പറഞ്ഞു. "കഥകളിയുടെ കാര്യമോർത്ത് ചാക്കോ ഭയപ്പെടേണ്ട ന്നും, അതിൽ ഞാൻ സഹായിച്ചുകൊള്ളാ"മെന്നും രാമവർമ്മ സാറ് എന്നെ ധൈര്യപ്പെടുത്തി. അതോടെ എൻ്റെ മനസ്സിന്റെ ചാഞ്ചല്യം മുക്കാലും മാറി.

ആട്ടക്കഥാസാഹിത്യം സംബന്ധിച്ച വിലപ്പെട്ട ഗ്രന്ഥങ്ങൾ സാർ എനിക്കു വായിക്കുവാൻ തന്നു. ഞാൻ അവയെല്ലാം വായിച്ച് നോട്ടു കുറി ച്ചു. സാഹിത്യപരമായി ആട്ടക്കഥയെക്കുറിച്ചുള്ള കാര്യങ്ങൾ എനിക്കു സ്വാധീനമാക്കാവുന്നതേയുള്ളൂ എന്നു വന്നു. 'ആട്ടക്കഥ'യിലെ 'കഥ'യല്ല 'ആട്ട'മാണ് അല്ലെങ്കിൽ 'കഥകളി'യിലെ 'കഥ'യല്ല 'കളി'യാണ് – എനിക്ക് അന്യമായിട്ടുള്ളത്. അത് അറിഞ്ഞേ പറ്റൂ. 'കളി'യുടെ തിയറി പഠിച്ചതു കൊണ്ടുമാത്രം ഓണേഴ്സ് നിലവാരം എത്തുക വിഷമം. കഥകളി കണ്ടു തന്നേ പഠിക്കണം. ഒരു ദിവസം അമ്പലപ്പുഴ രാമവർമ്മ സാർ എന്നോടു പറഞ്ഞു. "കാര്യം എളുപ്പമായി. ദീപാവലി സമയത്ത് ശ്രീപത്മനാഭ സ്വാമി ക്ഷേത്രത്തിനകത്ത് പത്തു ദിവസം മേജർ സെറ്റിന്റെ കഥകളിയുണ്ട്. നമുക്കു പോയി കാണാം. കേളി കൊട്ടു മുതൽ ധനാശി വരെ ഞാൻ വിവരിച്ചുതരാം. വേഷം മുദ്രകൾ എല്ലാം പറഞ്ഞു മനസ്സിലാക്കിത്തരാം. മറ്റാരോടും ഇതൊന്നും പറയുകയും വേണ്ട."

ഞാൻ സംശയാലുവായി: "കഥകളി ക്ഷേത്രത്തിനകത്തല്ലേ? ഹിന്ദു വല്ലാത്ത എനിക്കു ക്ഷേത്രത്തിനകത്തു കേറാൻ അവകാശമില്ലല്ലോ." അമ്പലപ്പുഴ സാർ പറഞ്ഞു: "ജാതിനോട്ടമുണ്ടെങ്കിൽ സ്രഷ്ടാവ് എത്ര അല്പനും ക്ഷുദ്രനുമാണ്. ജാതിക്കോമരങ്ങൾക്കാണ് എതിർപ്പും വക്കാ ണവും. ദേഹത്തിൽ ജാതിവ്യത്യാസഘടകമൊന്നുമില്ലല്ലോ. എൻ്റെ നിർദ്ദേ ശമനുസരിച്ചു പിന്നാലെ പോന്നാൽമതി. താൻ ഈ സിറ്റിയിൽ പുതുമു ഖമല്ലേ? അമ്പലനടയിൽ ഷർട്ട് ഊരി വച്ചുകഴിഞ്ഞാൽ ചാക്കോയെ ഞാൻ മേനോൻ എന്നേ വിളിക്കൂ. അതിൽപിന്നെ താൻ മേനോൻ ആണ് എന്ന കാര്യം മറക്കരുത്. "ആരെങ്കിലും പേരു ചോദിച്ചാൽ എന്തു മേനോനാ ണെന്നു പറയണം?" എൻ്റെ സംശയം തീരുന്നില്ല. പുരോഗമനചിന്തക നായ രാമവർമ്മ സാറിന്റെ മറുപടി ഇതായിരുന്നു:

"ആരു ചോദിക്കാൻ? ചോദിച്ചാകിലുഗ്രമായ് നോക്കി 'പേരില്ലാമേ നോൻ' എന്നു പറഞ്ഞേക്കണം ചാക്കോ."

പേരില്ലാമേനോൻ എന്ന പ്രയോഗം എനിക്കു ക്ഷ പിടിച്ചു. ഈ സംഭവം 2000-ാമാണ്ടിൽ കവിതയാക്കിയപ്പോൾ കവിതയ്ക്കു ഞാൻ കൊടുത്ത പേര് 'പേരില്ലാമേനോൻ' എന്നാണ്.

കഥകളി തുടങ്ങുന്ന ദിവസം ഞങ്ങൾ നേരത്തെ ചെന്നു. ഷർട്ടൂരി നടവാതിൽക്കൽ വയ്ക്കുമ്പോൾ വർമ്മസാർ അടക്കം പറഞ്ഞു. "സി ജെ

ചാക്കോ ഇവിടെ ഷർട്ടിനുള്ളിൽ ഇരുന്നുകൊള്ളും. 'വരൂ മേനോൻ!' ആദ്യ മായി ഞാൻ അനന്തശയനം കണ്ടു. കരിങ്കല്ലിൽ തീർത്ത കവിത പോലെ യുള്ള ശ്രീകോവിൽ മനോഹരം. കേട്ടുമടുത്തിട്ടുള്ള ഒറ്റക്കൽ മണ്ഡപം, സ്വർണ്ണധ്വജം, ചുറ്റമ്പലം എല്ലാം ചുറ്റിക്കണ്ടു. 'ഭഗവാനേ, നീ ഇത്ര പക്ഷ പാതിയോ? സൗന്ദര്യാരാധകന്മാർ ഏതു ജാതിക്കാരായാലും ഇതെല്ലാം വന്നു കണ്ടാൽ നിനക്കെന്തു ചേതം?' എന്നതായിരുന്നു എന്റെ ഉള്ളിലെ മൗനനൊമ്പരം. ഗുരുശിഷ്യന്മാർ നാടകശാലയിൽ തിക്കില്ലാതെ ഒതുക്ക മുള്ള ഒരു സ്ഥലത്തുപോയി ഇരുന്നു കഥകളി കണ്ടു.

'കേളികൊട്ട്' എന്തെന്ന് ഞാൻ അറിഞ്ഞു. കളിവിളക്കിന്റെ പൊൻ നാളം സാക്ഷിയായി ഉള്ളിൽ 'ശുദ്ധമദ്ദളം' നിറഞ്ഞു. ഉയരുന്ന തിരശ്ശീല യോടൊപ്പം ചിത്തത്തിൽ ഉശിരൻ കലയുടെ 'തോടയം' തുടങ്ങി. 'വന്ദന ശ്ലോകം' ചൊല്ലുന്ന പാട്ടുകാർക്കൊപ്പം ഗുരുവന്ദനം നടത്താൻ എന്റെ ഹൃദയം തിടുക്കപ്പെട്ടു. ആലവട്ടം മേലാപ്പ് ശംഖ് ചേങ്കില ചെണ്ട മേളത്തോടെ നായികാനായകന്മാർ 'പുറപ്പാട്' ആയി. ഗീതഗോവിന്ദം മേള പ്പദം ആകുന്നു. വാദ്യകോവിദർ ഹൃദയത്തെ 'മജ്ജുതര'യായ് മറിച്ചു. മുദ്രക്കൈകൾ 'ശൃംഗാരം' വിളമ്പി. അങ്ങനെയങ്ങനെ എന്റെ അറിവ് കഥ കളിയുടെ ഊടുപാവുകളിലേക്ക്. 'നരകാസുരവധം' ആയിരുന്നു ആദ്യ ദിവസം. തുടർന്ന് ഉത്തരാസ്വയംവരം, കല്യാണസൗഗന്ധികം, ദക്ഷയാ ഗം, നളചരിതം, കിരാതം എന്നിങ്ങനെ പ്രഖ്യാതമായ ആട്ടക്കഥകൾ വമ്പ രായ നടന്മാർ ആടുന്നത് അമ്പലപ്പുഴ രാമവർമ്മ സാറിന്റെ വ്യാഖ്യാന ത്തോടെ പേരില്ലാ മേനോൻ കണ്ടു. പച്ച, കത്തി, കരി, താടി വേഷവ്യത്യാ സങ്ങൾ, ദണ്ഡകം, പദം, ലാസ്യം, താണ്ഡവം, കലാശം, ചില്ലറ കൈമുദ്ര കൾ എല്ലാം ബുദ്ധിയിൽ തെളിഞ്ഞപ്പോൾ 'ചൊല്ലിയാട്ടത്തോടൊപ്പം ഇള കിയാടീചിത്തം!'

അങ്ങനെ പത്തു ദിവസം കഥകളി കലോത്സവം, പത്താം ദിവസത്തെ കഥ 'ധനാശി' പാടി പുറത്തിറങ്ങുന്ന വെളുപ്പാൻ കാലത്ത് അമ്പലവാതി ലിലെത്തി ഷർട്ടു ധരിക്കുമ്പോൾ എന്റെ കഥകളി ഗുരു അമ്പലപ്പുഴ രാമ വർമ്മസാർ ഫലിതം പൊട്ടിച്ചു:

'പരമാത്ഭുതം! ക്ഷേത്രദർശനം കഴിഞ്ഞിട്ടും
ഒരുപോലിരിക്കുന്നു മേനോനും ചാക്കോച്ചനും!"

ഇതു കേവലം ചിരിക്കാനുള്ള കാര്യമല്ലല്ലോ. ഇതല്ലേ വിമർശഹാ സ്യകവിത? ആധുനിക ജീവിത വ്യഗ്രതയുടെ അഴിഞ്ഞാട്ടത്തിൽ ഉപദേ ശത്തിന്റെ ഭാഷ അവഹേളനം നേരിടുമ്പോൾ, കാലഘട്ടത്തിന് അനുസ്യ തവും ആവശ്യവും 'വിമർശഹാസ്യം' അല്ലേ? ശ്രദ്ധിക്കൂ, കേവലം 'ആക്ഷേ പഹാസ്യമല്ല. 'വിമർശ' ഹാസ്യം.

1953 ലെ മലയാളം ഓണേഴ്സ് പരീക്ഷയിൽ ഒന്നാം ക്ലാസും ഒന്നാം റാങ്കും വാങ്ങി ജയിച്ച സി ജെ ചാക്കോയ്ക്കായിരുന്നു ഐച്ഛിക വിഷയ മായ ആട്ടക്കഥയിലും ഏറ്റവും കൂടുതൽ മാർക്ക്. പേരില്ലാ മേനോന്റെ ഒരു ഗുരുത്വം!

(പേരില്ലാമേനോൻ – 2000 ഒക്ടോബർ 17)

ഖദറിന് ഇന്നും ശക്തിയുണ്ട്!

ആയിരത്തിത്തൊള്ളായിരത്തി എൺപത്തിയാറിൽ ഞാൻ 'ഖദ റിന്റെ ശക്തി' എന്ന ഒരു കവിതയെഴുതി. കവിതയുടെ ആദ്യഭാഗം നടന്ന കാര്യവും അവസാനഭാഗം ഭാവനയുമാണ്. കവിതയുടെ ഉള്ളിലേക്കു കടക്കും മുന്നം, ഖദറുമായുള്ള എന്റെ പൂർവ്വകാല ബന്ധം അയവിറക്കി പ്പോകുന്നു. 1926 ൽ ജനിച്ച ഞാൻ സ്വാതന്ത്ര്യസമരം കണ്ടവനാണ്. കാണുക മാത്രമല്ല പെരുവയിലും പിറവത്തും ചില ജാഥകളിലും ഹർത്താ ലിലും പങ്കുകൊണ്ടിട്ടുമുണ്ട്. വിദേശ വസ്ത്രബഹിഷ്കാരം സ്വാതന്ത്ര്യ സമരത്തിന്റെ ഒരു ഭാഗമായി നാട്ടിൽ അലയടിച്ചു. സ്വദേശത്തിൽ നെയ്തെ ടുക്കുന്ന ഖദർ വസ്ത്രം ധരിക്കുന്നതു നാട്ടുനടപ്പായി. ഞങ്ങൾ ചെറുപ്പ ക്കാർക്കും ഖദർ മുണ്ടും ഉടുപ്പുകളുമാണ് കാരണവന്മാർ നല്കിയിരുന്ന ത്. നൂലുനുല്ക്കുവാൻ പഞ്ഞിയും തക്ലിയും കുട്ടികൾക്കും നല്കിയിരു ന്നു. സാഹിത്യവിശാരദ് പരീക്ഷ പ്രൈവറ്റായി ജയിച്ച് രണ്ടുകൊല്ലം പിറവം സെന്റ് ജോസഫ്സ് ഹൈസ്കൂളിൽ മലയാളം പണ്ഡിറ്റ് ആയി ജോലി നോക്കിയ ശേഷമാണ് ഞാൻ കോളേജ് പഠനത്തിനുപോയത്. 1946 ൽ കുട്ടികൾ നൂലുനുല്ക്കുമ്പോൾ പാടുവാൻ ഞാൻ എഴുതിയ 'തക്ലിഗാനം' എന്ന കവിത തുടങ്ങുന്നത്,

> "താമസമെന്തിനിക്കൂട്ടരേ വസ്ത്രത്തിൻ
> ക്ഷാമത്തെ നീക്കുവാൻ നുലുനുല്ക്കൂ!"

എന്ന ആഹ്വാനത്തോടുകൂടിയാണ്.

എന്തെന്തു ശ്രേഷ്ഠം വികാരമായിരുന്നു ഖദറിനോട് അന്നുണ്ടായിരു ന്നത്? വിശുദ്ധ വസ്ത്രം ആയിരുന്നു ഖദർ. ഖദർ ധരിച്ചാൽ പിന്നെ കള വുപറയാനോ ചതിവു ചെയ്യാനോ തോന്നുകയില്ല. ഇന്ത്യയെ സ്വതന്ത്ര മാക്കുവാനുള്ള ധർമ്മയുദ്ധത്തിന്റെ പടയാളി എന്ന ബോധമാണ് ഖദർ

ധരിച്ചാൽ ഉണ്ടാകുന്നത്. ഖദർധാരി മദ്യപിക്കുകയില്ല. എന്നു മാത്രമല്ല അയാൾ മദ്യവർജ്ജനത്തിന്റെ കാവൽഭടൻകൂടിയായിരിക്കും.

1947 ൽ ഇന്ത്യ സ്വതന്ത്രമായി. ആദർശശാലികളായ ഭരണ നേതാ ക്കൾ ഭരണഭാരം ഏറ്റെടുത്തു. പക്ഷേ, തുടർന്ന് ജനങ്ങളുടെ പ്രതീക്ഷ കൾ ആകെ തെറ്റിച്ചുകൊണ്ട് അധികാരദുരയും സ്വാർത്ഥതാല്പര്യങ്ങളും നിർലജ്ജം കൈകാര്യം ചെയ്യുന്നവർ രംഗം കൈയടക്കുകയാണു ചെയ്ത ത്. കള്ളന്മാരും കൊള്ളക്കാരും അഴിമതിക്കാരും ഖദറിട്ടു രംഗത്തെത്തി. അങ്ങനെ ഖദർ വസ്ത്രം സ്ഥാപിത താല്പര്യങ്ങൾ നേടുവാൻ സ്വാർത്ഥ മതികൾക്കുള്ള ഒരു വേഷക്കെട്ടായി അധഃപതിച്ചു. മദ്യപാനത്തിനും അനാ ശാസ്യപ്രവർത്തനങ്ങൾക്കും ഖദറിന്റെ സൽപ്പേർ പലരും ഒരു മറയായി ഉപയോഗിക്കുവാൻ തുടങ്ങി. ഞാൻ ഖദർ വസ്ത്രധാരണം ഉപേക്ഷിച്ചത് ഇക്കാലത്താണ്.

ബ്രിട്ടീഷ്സിംഹത്തെ കെട്ടുവാൻ ശക്തിയുണ്ട് ഖദർനൂലിനെന്ന് അഹ ങ്കരിച്ചിരുന്ന ഒരു ന്യൂനപക്ഷത്തിന്റെ വേദനയുടെ ഹാസ്യാത്മക ചിത്രീ കരണമാണ് 'ഖദറിന്റെ ശക്തി' എന്ന കവിത. സുകുമാർ അഴീക്കോടിന്റെ ഷഷ്ടിപൂർത്തി കണ്ണൂരുകാർ വലിയ തോതിൽ ആഘോഷിച്ചു. സമ്മേള നത്തിനു ക്ഷണിക്കപ്പെട്ട ഒരു സംഘം, രാത്രി ട്രെയിനിൽ യാത്ര ചെയ്ത് രാവിലെ കണ്ണൂരെത്തി. മദ്യവർജ്ജന പ്രസ്ഥാനത്തിന്റെ അദ്ധ്യക്ഷനും, ഖദർധാരിയും, ഗാന്ധിയനുമായ എം പി മന്മഥൻ ആയിരുന്നു അതിൽ പ്രധാനി. അഴീക്കോടും കോളറില്ലാത്ത വട്ടക്കഴുത്തു തുന്നിയ ഖദർ കുപ്പാ യമണിയുന്ന ഒരു ശ്രദ്ധേയനായ ഖദർധാരിയായിരുന്നല്ലോ. ഒ എൻ വി കുറുപ്പ്, പുനലൂർ ബാലൻ, പിന്നെ ഞാനുമാണ് സംഘത്തിലുണ്ടായിരു ന്നത്. ഞങ്ങൾക്കു കണ്ണൂരിലെ ഒരു നല്ല ഹോട്ടലിലാണ് വിശ്രമ സൗകര്യം ഒരുക്കിയിരുന്നത്. മുറിയിലേക്കു പോകുമ്പോൾ മുന്നിൽ സഞ്ചരിച്ചിരുന്ന മന്മഥൻ സാർ ഹോട്ടൽ ബോയിയോട് എന്തോ ചോദിക്കുന്നതു കണ്ടു സരസനായ പുനലൂർ ബാലൻ എന്നോടു പറഞ്ഞു: "കണ്ടില്ലേ, ഹോട്ട ലിൽ നല്ലബ്രാൻഡി കിട്ടുമോ എന്നാണ് മന്മഥൻ സാറു ചോദിക്കുന്നത്." മന്മഥൻ സാറിന്റെ അയഞ്ഞു തൂങ്ങുന്ന ഖദർ ജുബ്ബയെ സാക്ഷിയാക്കി ഞാൻ ചിരിച്ചുകൊണ്ട് ബാലന്റെ തോളത്ത് ഒരു ചെറിയ അടി കൊടു ത്തു.

ഇത്രയുമാണ് നടന്ന കാര്യം. ബാക്കിയുള്ളതെല്ലാം എന്റെ ഭാവന തുന്നിച്ചേർത്തതാണ്. കേവലം 20 വരി മാത്രമുള്ള ഈ കവിതയ്ക്കു ലഭിച്ച പ്രചാരം അതിന്റെ ഉള്ളടക്കത്തിന്റെ സത്യബലം കൊണ്ടാകണം.

"ഇവിടില്ല സാർ, പക്ഷേ, കട തൊട്ടടുത്തു ണ്ട–
തുടനേ തുറക്കും സാർ, വാങ്ങിച്ചു തന്നീടാം സാർ."

എന്നു പറയുന്ന പയ്യനെ ശാസിക്കുന്ന മന്മഥൻസാറിന്റെ ശിഷ്യനായ ഹോട്ടൽ മാനേജരോട് പയ്യൻ "സോറി, ഖദർ കണ്ടപ്പോൾ സാറും തെല്ലു പുസാകാനാണ് എന്ന് ഓർത്തുപോയി. മാപ്പാക്കണം" എന്നാണ് ക്ഷമാ യാചനം ചെയ്യുന്നത്.

അനേകം സദസ്സുകളിൽ ഈ കവിത ഞാൻ അവതരിപ്പിച്ചിട്ടുണ്ട്. ഈ ഘട്ടം വരുമ്പോൾ കൈയടിക്കാത്തവർ ചുരുക്കമാണ്. ഖദർധാരി കൾ പോലും കൈയടിച്ചു പോകുന്നു. പ്രതിപാദ്യം അത്രയ്ക്കു യാഥാർത്ഥ്യത്തോട് അടുത്തു നില്ക്കുന്നതാണ് കാരണം. കവിത എഴു തിയാൽ ഉടനെ മറന്നുപോകുന്നതാണ് എന്റെ സ്വഭാവം; എഴുതുന്ന സമയം നൂറുശതമാനം വിഷയത്തോട് ഏകാഗ്രത പുലർത്തിയാണ് എഴു തുന്നതെങ്കിലും. എനിക്കു കാണാതെ ചൊല്ലാൻ കഴിയുന്ന നാലഞ്ചു ലഘുകവിതകളിൽ ഒന്നാണ് 'ഖദറിന്റെ ശക്തി.'

"മദ്യവർജ്ജനത്തിനു ജീവിതം ഹോമിക്കുന്ന

മന്മഥൻ സാറിൻചിരി; ദുഃഖത്തിൻ ചിരി, പൊങ്ങി!"

എന്നു പറഞ്ഞാണ് 'ഖദറിന്റെ ശക്തി' അവസാനിക്കുന്നത്.

ഈ 'ദുഃഖത്തിന്റെ ചിരി'യാണ് ചെമ്മനം കവിതയുടെ ജീവൻ. ആദർശമൂല്യങ്ങൾക്ക് സങ്കേതമായിരുന്ന ഖദർ വസ്ത്രത്തിനു വന്ന അപ ചയം ചിരിക്കേണ്ട വസ്തുതയല്ല. ദുഃഖിക്കേണ്ട കാര്യമാണ്. എന്നാൽ ആ വസ്തുത ചുണ്ടിക്കാണിക്കുമ്പോൾ അനുവാചകർ ചിരിക്കുന്നു. അത് ആവിഷ്കാര മാധ്യമം ഹാസ്യമായതിനാലാണ്. ഹാസ്യാസ്വാദനതല്പ രരായ ചിലർ കവിത വായിക്കാൻ പ്രേരിതരാകും. അവരിൽ ചിലരെങ്കിലും പ്രശ്നം ചിന്താവിഷയമാക്കിയെന്നിരിക്കും. അതാണ് 'വിമർശഹാസ്യക വിത'യുടെ പ്രയോജനപരത. പലരും എന്നോടു സംസാരിക്കുമ്പോൾ റഫർ ചെയ്യാറുള്ള ഒരു കവിതയാണ് ഖദറിന്റെ ശക്തി.

(ഖദറിന്റെ ശക്തി: 1986 മെയ് 1)

പാത്രസൃഷ്ടി ഇങ്ങനെയും

സംഭവം 1984 ൽ ആണ്. കേരളത്തിലെ വമ്പിച്ച വെങ്കലപാത്രവ്യ വസായത്തിന്റെ ഉടമയായ പി മാധവൻ തമ്പി എന്റെ വീട്ടിലേക്കു കയറി വന്നു. അദ്ദേഹത്തിന്റെ കൈയിൽ രണ്ടടി പൊക്കം വരുന്ന അതിമനോ ഹരമായ ഒരു ഓട്ടു നിലവിളക്കുമുണ്ട്. വ്യവസായ പ്രമുഖൻ കരമനയി ലുള്ള നെടുങ്കാട്ടിൽ നിന്നും, വഴുതക്കാട്ടുള്ള എന്റെ വീടു കണ്ടുപിടിച്ച് എത്തിയിരിക്കുന്നതിൽ ഞാൻ അത്ഭുതം കൂറി നില്ക്കുമ്പോൾ നിലവി ളക്ക് എന്റെ കൈയിൽ ഏല്പിച്ചുകൊണ്ടു പറഞ്ഞു: "ഇത് ചെമ്മനം ചാക്കോയ്ക്കുള്ളതാണ്. എന്റെ എളിയ ഒരു സമ്മാനം, എന്തിനാണെന്ന് വിളക്കിന്റെ പാദത്തിൽ കൊത്തിയിട്ടുണ്ട്."

ആശ്ചര്യം അല തല്ലുന്ന ഹൃദയത്തോടെ ഞാൻ വിളക്കു വാങ്ങി പാദത്തിൽ കൊത്തിയിരിക്കുന്നതെന്തെന്നു നോക്കി. "പാത്രസൃഷ്ടി എന്ന കവിതയ്ക്ക് അഭിനന്ദനമായി ശ്രീ ചെമ്മനം ചാക്കോയ്ക്ക് പി മാധവൻ തമ്പി." എനിക്ക് എന്റെ കവിത നല്കിയ ആഹ്ലാദമുഹൂർത്തങ്ങളിൽ ഒന്നാ ണിത്. ഭാര്യയും പുത്രിമാരും സാക്ഷികളായി നിന്നു.

നിലവിളക്ക് വാങ്ങി ഞാൻ സ്വീകരണമുറിയിൽ ഉതകിയ ഒരു സ്ഥാനത്തു പ്രതിഷ്ഠിച്ചു. മുകളിൽ ചോരച്ചെങ്കണ്ണുള്ള ഒരു അരിപ്പിറാവ് നെൽക്കതിർ കൊത്തിവലിക്കുന്നു. കവിതയ്ക്കു സമ്മാനമായി ലഭിച്ച ആ നിലവിളക്ക് ഇന്നും ഞങ്ങളുടെ സ്വീകരണമുറിയിലെ സൗഭാഗ്യമാണ്.

ജനയുഗം വാരികയിലായിരുന്നു 'പാത്രസൃഷ്ടി' എന്ന എന്റെ കവിത പ്രസിദ്ധീകരിച്ചു വന്നത്. "തിരക്കേറിയ വ്യവസായ സംരംഭങ്ങൾക്കിടയിൽ ആഴ്ചപ്പതിപ്പും കവിതയുമൊക്കെ വായിക്കാൻ നേരം കിട്ടുമോ?" വീട്ടിൽ സാവകാശമിരുന്നു ചായ കുടിക്കുന്ന മാധവൻ തമ്പി അവർകളോടു ഞാൻ ചോദിച്ചു. "എവിടെ നേരം കിട്ടാൻ? സാഹിത്യകാരന്മാരെയൊക്കെ എനി

ക്കിഷ്ടമാണ്. അവരോടു ബഹുമാനമാണ്. മലയാറ്റൂർ രാമകൃഷ്ണനും ഞാനും വളരെക്കാലമായി അടുത്തിടപെടുന്നവരാണ്. അദ്ദേഹമാണ് രണ്ടാഴ്ച മുൻപ് എന്നെ വിളിച്ചു കാര്യം പറഞ്ഞത് 'മാധവൻതമ്പിക്കു കവിതയിലൊക്കെ കസേര കിട്ടിക്കഴിഞ്ഞല്ലോ' എന്ന്. അദ്ദേഹം കവിതയും എന്നെ വായിച്ചുകേൾപ്പിച്ചു. ആഴ്ചപ്പതിപ്പും കൊടുത്തയച്ചു. ഇത് അതി നുള്ള എന്റെ ഒരു സന്തോഷം. "തന്റെ കമ്പനി കാണാൻ ഒരു ദിവസം ചെല്ലണമെന്നും വണ്ടി അയയ്ക്കാ"മെന്നും പറഞ്ഞാണ് അദ്ദേഹം മട ങ്ങിയത്.

ഇനിയും 'പാത്രസൃഷ്ടി' എന്ന കവിതയുടെ സൃഷ്ടി ചരിത്രത്തിലേക്കു നമുക്കു പോകാം. ഗൗരവതരമായ വിഷയം ചർച്ച ചെയ്യുന്ന പല സമ്മേ ളനങ്ങളും ഉദ്ഘാടനം ചെയ്യുവാൻ മന്ത്രിമാരെ വിളിക്കുന്നത് നാട്ടുകാ രുടെ ഒരു ദുശ്ശീലമാണ്. മന്ത്രിമാർ വിഷയത്തോടു പുലബന്ധം പോലു മില്ലാത്ത ചില കാര്യങ്ങൾ പറഞ്ഞു തടിതപ്പുന്നതിനും, ചിലപ്പോൾ വിഡ്ഢിത്തങ്ങൾ തന്നെ എഴുന്നള്ളിക്കുന്നതിനും ഞാൻ സാക്ഷിയായി ട്ടുണ്ട്. അങ്ങനെയിരിക്കെ ഒരു സമ്മേളനത്തിൽ സദസ്യർ കാത്തിരുന്നു മടുത്തപ്പോഴേക്കും മന്ത്രിയെത്തി. കൂടെ ഒരു പറ്റം പാർട്ടി പ്രവർത്തകരു മുണ്ട്. സ്റ്റേജിലേക്കു കയറുന്നതിനിടയിൽ മന്ത്രി ചർച്ചാവിഷയം എന്തെന്നു തിരക്കുന്നു. സമ്മേളനത്തിന്റെ ഒരു നോട്ടീസും കൈക്കലാക്കുന്നു. ത്രിതല പഞ്ചായത്തുകൾ വന്നതോടെ സംഘാടകർ അവരെയെല്ലാം പ്രീണിപ്പി ക്കുവാൻ എവിടെയെങ്കിലും തിരുകി നോട്ടീസിൽ പേരച്ചടിച്ചു വയ്ക്കു ന്നതു പതിവായി. കുറഞ്ഞതു നാല്പതു പേരെങ്കിലും കാണും. വോട്ടേഴ്സ് ലിസ്റ്റ് എന്നാണു ഞാൻ ഇതിനു പറയുന്നത്. മന്ത്രിയുടെ ഉദ്ഘാടന പ്രസംഗമായി. അദ്ദേഹം 'വോട്ടേഴ്സ് ലിസ്റ്റ്' എടുത്തു സ്വാഗ തഗാനം മുതൽ പങ്കെടുക്കുന്നവർ ഓരോരുത്തരുടെയും പേരു പറഞ്ഞ് കൃതജ്ഞത പറയുന്നവന്റെ പേരിൽ എത്തിയപ്പോഴേക്കും അഞ്ചുമിനിട്ടു കഴിഞ്ഞു. ഒന്നും പറയാനില്ലാത്തവന് പ്രസംഗകനാകാൻ ഇതു നല്ല ഒരു സൗകര്യം തന്നെ. തുടർന്നു മന്ത്രിവരാൻ വൈകിയതിന്റെ കാരണം പറ യാൻ തുടങ്ങി. ഏഴു മീറ്റിങ്ങുകഴിഞ്ഞ് എട്ടാമത്തെ മീറ്റിങ്ങാണ് ഇതെ ന്നും, രണ്ടു മണിക്കൂർ മുമ്പേ മറ്റൊരു മീറ്റിങ്ങിനെത്തേണ്ടവനാണെന്നും നല്ലവരായ നാട്ടുകാർ പോകാൻ മുൻകൂർ അനുവാദം തരണമെന്നും അദ്ദേഹം അപേക്ഷിച്ചു. സെമിനാറിന്റെ പേരു പോലും തെറ്റിച്ചു പറഞ്ഞ് ഉദ്ഘാടനം നിർവ്വഹിച്ച് അദ്ദേഹം പോവുകയും ചെയ്തു. ഇതൊരു കവി താവിഷയമാക്കണമല്ലോ എന്നു ഞാൻ ഉള്ളിൽ കുറിച്ചു.

വിജ്ഞാനദാഹികളുടെ ഒരു സമിതി ഗംഭീരസത്വനായ സി വി രാമൻ പിള്ളയുടെ നോവലുകളിലെ കഥാപാത്രങ്ങളുടെ സൃഷ്ടി വൈശി ഷ്ട്യത്തെക്കുറിച്ച് ഒരു ഗൗരവതരമായ ചർച്ച സംഘടിപ്പിക്കുന്നതാകട്ടെ സന്ദർഭം എന്ന് എന്റെ കാവ്യഭാവന നെയ്തെടുത്തു. അവർ തുച്ഛനായ ഒരു മന്ത്രിയെ ഉദ്ഘാടനത്തിനു വിളിക്കണോ? വിളിക്കണം. കാരണം,
'നാട്ടിലെ പത്രക്കാർ തൻ മനസ്സിലല്ലോ കുടു

കുട്ടിവാണിടുന്നു 'അധികാരപൂജ' പോയിന്നും!"

ഒരു ഭൂലോകപണ്ഡിതനും പരട്ടമന്ത്രിയും പങ്കെടുത്ത മീറ്റിങ്ങിന്റെ റിപ്പോർട്ടു വരുമ്പോൾ മന്ത്രിയുടെ തിരുവായ് മൊഴികളായിരിക്കും പത്രത്തിൽ. ദൃശ്യമാധ്യമങ്ങൾ മന്ത്രിയുടെ പ്രകടനത്തിനേ സമയം കണ്ടെത്തു. അങ്ങനെയാണ് മന്ത്രിയെ വിളിക്കാൻ നിർബ്ബന്ധിതരായത്. നിമിഷങ്ങളല്ല, മണിക്കുറുകൾ തന്നെ, മന്ത്രിവരുന്നതും നോക്കി ഇഴഞ്ഞു നീങ്ങി. വന്നപ്പോഴോ സ്വന്തം പാർട്ടിയുടെ ജില്ലാനാഥൻ എന്തോ സ്വകാര്യവും പറഞ്ഞുമുമ്പിൽ! അയാളും സ്റ്റേജിൽ മന്ത്രിയുടെ അടുത്തിരുന്നു തോറ്റം പറച്ചിൽ. മന്ത്രിയെ ഉദ്ഘാടനത്തിനു ക്ഷണിക്കുമ്പോഴാണ് "ചർച്ച എന്തിനെപ്പറ്റി?" എന്ന് സചിവൻ തിരക്കുന്നത്. "സി വി രാമൻപിള്ളയുടെ പാത്ര സൃഷ്ടി" എന്നു അദ്ധ്യക്ഷൻ പറഞ്ഞുകൊടുത്തു; "സി വി രാമൻപിള്ള യുടെ ജന്മശതാബ്ദി"യാണെന്നും.

മന്ത്രി പ്രസംഗം തുടങ്ങി. ദീർഘയാത്രയെപ്പറ്റി ആദ്യം പരിതപിച്ചു. വൈകിയാണെങ്കിലും വന്നെത്താൻ ഒത്ത ഭാഗ്യത്തിൽ ആഹ്ലാദിച്ചു. ഇതു പോലെ ഒരു സെമിനാരു നടത്തുന്നതിന്റെ ഔചിത്യത്തെ പ്രശംസിച്ചു. അനന്തരം വിഷയത്തിലേക്കു കടന്നു. "സി വി രാമൻപിള്ള എന്ന വ്യക്തി ജീവിച്ചിട്ട് ഇപ്പോൾ ഒന്നും രണ്ടുമല്ല, നൂറു വർഷമായി. നൂറുകൊല്ലം കഴിഞ്ഞിട്ടും അദ്ദേഹത്തിന്റെ പാത്രസൃഷ്ടിയെക്കുറിച്ചു ചർച്ച ചെയ്യണമെങ്കിൽ എത്ര മെച്ചമായ പാത്രസൃഷ്ടിയായിരുന്നു അദ്ദേഹത്തിന്റേത് എന്ന് ഏതു മായനും ഊഹിക്കാവുന്നതേയുള്ളൂ." ഏതു ബുദ്ധൂസിനും പറയാവുന്ന കാര്യം.

ഇനിയും ഹാസ്യവിമർശനത്തിന്റെ തുറുപ്പു ചീട്ട് ഇറക്കിക്കളയാം എന്നു നിശ്ചയിച്ചു. മന്ത്രിപ്രസംഗങ്ങളുടെ പൊള്ളത്തരവും, അവരെ ഉദ്ഘാടനയന്ത്രങ്ങളാക്കുന്നതിന്റെ അനൗചിത്യവും നിർദ്ദയം നിർഭയം വിമർശിക്കണം. അതിനാണ് 'പാത്രസൃഷ്ടി'ക്ക് ഒരു മറിതിരിവുകൊണ്ടു വന്ന് പി മാധവൻ തമ്പിയെ കവിതയിൽ പ്രതിഷ്ഠിച്ചത്.

"ഇന്ന് നാട്ടിൽ പാത്രസൃഷ്ടിയിൽ മറ്റാരെക്കാളും മുന്നിൽ നില്ക്കുന്നത് പി മാധവൻ തമ്പി സാറാണല്ലോ. ഓട്, ചെമ്പ്, പിത്തള മുതലായവ യിൽ അദ്ദേഹം സൃഷ്ടിക്കുന്ന പാത്രങ്ങൾ ഇന്നാട്ടിൽ മാത്രമല്ല, മറുനാടു കളിലും പ്രസിദ്ധമാണ്. പക്ഷേ, സി വിയുടെ പാത്രസൃഷ്ടിക്കുമുന്നിൽ തമ്പിസാറും തലതാഴ്ത്തി തുന്നം പാടിപ്പോകും." സദസ്സിൽ ചിരിയും കൂവലും കൈയടിയും ഉയരുന്നു.

മന്ത്രിതല മൗഢ്യം ഒന്ന് ഇളക്കിവച്ചുറപ്പിക്കുന്നതു കൊള്ളാമെന്നു തോന്നി. അതിനാണ് തുടർന്നുള്ള ശ്രമം. മാധവൻ തമ്പിയെ താഴ്ത്തിപ്പ റഞ്ഞതുകൊണ്ട് സദസ്സിലുള്ള 'മാധവൻ തമ്പി ഫാൻസ്' ബഹളമുണ്ടാക്കുകയാണെന്നാണ് മന്ത്രിപുംഗവൻ വിചാരിച്ചത്. ബുദ്ധിമാനായ അദ്ദേഹം തന്ത്രം പ്രയോഗിക്കുന്നു: "തമ്പിയദ്ദേഹത്തെ ആക്ഷേപിക്കുവാനല്ല ഞാൻ പറഞ്ഞത്. എന്റെ വാക്കുകൾ ഈ സദസ്സിൽ ആരുടെയെങ്കിലും വികാരത്തെ വ്രണപ്പെടുത്തിയെങ്കിൽ ഞാൻ മാപ്പു ചോദിക്കുന്നു. നൂറുകൊല്ലം

കഴിയുമ്പോൾ തമ്പിയദ്ദേഹത്തിന്റെ പാത്രസൃഷ്ടിയുടെ പേരിൽ ഇതിലും വലിയ യോഗങ്ങൾ നടക്കും എന്നതിനു സംശയമില്ല." കുവലിനു ശക്തി കൂടുന്നു. കാരണമെന്തെന്നു യുക്തിയിൽ തിരിയാതെ നമ്മുടെ കഥാ പാത്രം മഞ്ഞളിച്ചു നില്ക്കുന്നു. അങ്ങനെയുള്ള ഒരു സചിവോത്തമനെ അനുവാചകരുടെ പക്കൽ ഏല്പിച്ചു കവി പിൻവാങ്ങുകയാണ്. ഇനി അവരായി, അവരുടെ പാടായി.

ഞാൻ മലയാറ്റൂരിനെ വിളിച്ചു വിവരം പറഞ്ഞു; നന്ദിയും പറഞ്ഞു. മലയാറ്റൂരിന്റെ മറുപടി രസകരമായിരുന്നു. "മാധവൻ തമ്പി ഇത്ര വലിയ മണ്ടത്തരം കാണിക്കുമെന്നു ഞാൻ കരുതിയില്ല. അദ്ദേഹത്തിന്റെ കൃത ജ്ഞത വല്ല കുപ്പിയിലുമാക്കിയാണുകൊണ്ടുവന്നിരുന്നതെങ്കിൽ 'കിട്ടു ന്നതിൽ പാതി' ചോദിക്കാമായിരുന്നു."

(പാത്രസൃഷ്ടി – 1984 ഫെബ്രുവരി 3)

അറിയാതെ ചെയ്യുന്ന ആത്മഹത്യ

ജീവിതരീതിയിലും ചിന്താഗതിയിലുമെല്ലാം തലമുറകൾ തമ്മിലുള്ള വിടവ് കണ്ടമാനം വർദ്ധിക്കുന്നു. ബാഹ്യമോടികളിൽ ആകൃഷ്ടരും ആന്ത രികമായി ലഘുത്വബുദ്ധികളുമായിക്കൊണ്ടിരിക്കുന്നു യുവതലമുറ. ഇതൊന്നു ചിത്രീകരിക്കുവാൻ 1991 ൽ ഞാൻ എഴുതിയ കവിതയാണ് 'ആത്മഹത്യ.'

പഴയ തലമുറയുടെ പ്രതിനിധിയായി രാഷ്ട്രപിതാവായ ഗാന്ധി തന്നേ ആകട്ടെ എന്നു വിചാരിച്ചു. ആർക്കും അറിവുള്ളയാൾ. ഗാന്ധിജിയും ഒരു ആധുനികയുവാവും തമ്മിലുള്ള കണ്ടുമുട്ടൽ ഇതിവൃത്തമായി മന സ്സിലെത്തി. എവിടെവെച്ചുവേണം? ഞാനന്നു തിരുവനന്തപുരത്താണ്. ഉദ്യോഗസ്ഥരുടെ നഗരത്തെക്കാൾ സമ്പന്നതയുടെ അന്ധാളിപ്പുള്ള കൊച്ചി നഗരമാകും കൂടുതൽ യോജിച്ച കേന്ദ്രം എന്നു കരുതി. അങ്ങനെയാണ് 'ഗാന്ധിജി വന്നു വീണ്ടുമിന്നു കൊച്ചിയിൽ' എന്നു കവിത തുടങ്ങിയത്. ആധുനിക രാഷ്ട്രീയക്കാരെപ്പോലെ തക്കാവിരുതം കാലു മാറുന്നവനും കുറുമാറുന്നവനുമല്ലല്ലോ മഹാത്മജി. "കായകാന്തിയും പ്രകൃതിയും പണ്ടെപ്പോലിരിക്കുന്ന'ത് അതുകൊണ്ടാണ്. നഗരത്തിന്റെയും നിരത്തിലൂടെ ഒഴുകുന്ന ജനത്തിന്റെയും പുരോഗതി കണ്ടിട്ടാണ് ഗാന്ധിജി 'പല്ലില്ലാച്ചിരി കൊണ്ടു പാലുപോൽ ചിരിക്കുന്ന'ത്.

ആളൊഴിഞ്ഞ ഒരു ഭാഗത്തു അല്പം വിശ്രമിക്കാനൊരുങ്ങുമ്പോ ഴാണ് യുവാവെത്തുന്നത്, ചെവിപൊട്ടുമാറ് ബല്ലടിച്ച്, സൈക്കിൾ ചക്രം വൃദ്ധന്റെ കാലിൽ കേറുമാറടുപ്പിച്ച് "വഴിയിൽ നിന്നും മാറി നില്ക്കുമൂ പ്പിൽത്സേ," എന്ന് അധിക്ഷേപിച്ചുകൊണ്ട്. കടുവാപ്പടം തിങ്ങുമുടുപ്പും, മുന്നിൽ പക്ഷിക്കുടുമപിടിപ്പിച്ച തലയും, ബാഹ്യമോടികളുടെ കുത്തര ങ്ങുമായി 'നവ്യഭാരതത്തിന്റെ നല്ല നാളെയുടെ വിധിതാവി'നെ ഗാന്ധിജി

കാണുകയാണ്.

ഗാന്ധിമാർഗ്ഗത്തിലൂടെ കവിത മുന്നോട്ടു നീങ്ങുകയാണ് ആദ്യം വേണ്ടതെന്നു തോന്നി. അതുകൊണ്ടാണ് നീരസം പ്രകടിപ്പിക്കേണ്ടമട്ടി ലാണ് പയ്യന്റെ വരവെങ്കിലും സംയമനശക്തി സംഭരിച്ചു ഗാന്ധി, "എവി ടെപ്പോകുന്നു നീ മകനേ?" എന്ന സ്നേഹോഷ്മളമായ ചോദ്യം ചോദി ക്കുന്നത്. സ്നേഹത്തിന് പുല്ലുവിലയും നല്കാത്ത പുതുതലമുറയിൽ നിന്നും എന്തെങ്കിലും തറുതലയല്ലേ കേൾക്കാനാകൂ. അതുകൊണ്ടാണ് എന്റെ പയ്യൻ പറയുന്നത്: "കെട്ടിത്തൂങ്ങുവാൻ പോകുന്നു" എന്ന്. ഇന്ന് യുവതലമുറയെ ഭരിക്കുന്നത് മുഖ്യമായും ലൈംഗികാസക്തിയും ലഹ രിയോടുള്ള ആസക്തിയുമാണ്. അതുകൊണ്ട് അവൻ തുടർന്നു ചോദി ക്കുന്നു: "അപ്പുപ്പന് എന്താണ് വേണ്ടത്? കെട്ടിച്ചുനല്കാൻ വീട്ടിൽ പെൺമ ക്കളുണ്ടോ സൈസിൽ?" എന്ന്. ജുഗുപ്സാവഹമായ അവന്റെ മറുപടി കേട്ടപ്പോൾ ബ്രിട്ടീഷ് സിംഹം ഗർജ്ജിച്ചിട്ടും ചെവി പൊത്തിയിട്ടില്ലാത്ത ഗാന്ധിജി ചെവി പൊത്തുവാൻ കൈകൾ ഉയർത്തുകയാണ്.

ഇവിടെ ഒന്നു രണ്ടുകാര്യം എടുത്തു പറഞ്ഞുകൊള്ളട്ടെ. സ്വാത ന്ത്ര്യാനന്തര കാലഘട്ടത്തിലെ സാംസ്കാരികമായ അധഃപതനമാണ് യുവാവിന്റെ 'കെട്ടിത്തൂങ്ങുവാൻ പോകുന്നു' എന്ന മറുപടി. ഇത് ഒരു യുവാവിന്റെ മാത്രം ആത്മഹത്യയല്ല. സമൂഹത്തിന്റെ മുഴുവൻ ആത്മഹ ത്യയാണ്. അറിയാതെ ചെയ്യുന്ന ആത്മഹത്യ! അതുകൊണ്ടാണ് ഈ കവിതയ്ക്കു ഞാൻ 'ആത്മഹത്യ' എന്നു പേരു നല്കിയത്. 'പെൺമക്ക ളുണ്ടോ സൈസിൽ?" എന്ന ചോദ്യത്തിലെ സൈസിൽ എന്ന പദമാണ് യുവാവിനെതിരെയും കവിതയിലും ഹാസ്യബോധം ജനിപ്പിക്കുന്നത്. ഇതു മാതിരിയുള്ള അനുപേക്ഷണീയമായ ഇംഗ്ലീഷ് പദങ്ങളും, നാടൻ പ്രയോ ഗങ്ങളും സന്ദർഭാനുസരണം ഞാൻ കവിതയിൽ ബോധപൂർവ്വം സ്വീക രിക്കാറുണ്ട്. പ്രതിപാദ്യം ആശയഖണ്ഡങ്ങളായി തിരിച്ച് നമ്പരുപോലും കൊടുത്താണ് എന്റെ കവിതകളുടെ രചനാശില്പം. മഹാകവി വള്ളത്തോ ളിന്റെ *സാഹിത്യമഞ്ജരി*യിലെ കവിതകളാണ് എനിക്ക് ഇതിനു വഴികാ ണിച്ചിട്ടുള്ളത്. നാലുവരിയിൽ നാലാം ഖണ്ഡം – ഗാന്ധിജിയും യുവാവു മായുള്ള ചോദ്യോത്തരം തീർന്നു. രണ്ടു വരി കൂടി ചേർത്ത് ആ ഖണ്ഡം പൂർത്തിയാക്കിയാലേ ഒരു ഭദ്രത ലഭിക്കുകയുള്ളു എന്നു തോന്നി. ഉചി തമായ ആശയം ഉള്ളിലുദിക്കാതെ ഒരു പകൽ തള്ളിനീക്കിയാണ് ഞാൻ ഉറങ്ങാൻ കിടന്നത്. 'കെട്ടിച്ചു നല്കാൻ വീട്ടിൽ പെൺമക്കളുണ്ടോ?' എന്ന യുവാവിന്റെ അപ്രതീക്ഷിതമായ ചോദ്യം:

"ഹാ, കരം പൊങ്ങിപ്പോയീ പൊത്തുവാൻ, ബ്രിട്ടീഷ് സിംഹം
 ഭീകരം ഗർജ്ജിച്ചിട്ടും പൊത്താത്തൊരാശ്രോത്രങ്ങൾ"

എന്നു ചൊല്ലിക്കൊണ്ടു ഞാൻ ഉറക്കമുണരുകയായിരുന്നു. ഈ രണ്ടു വരികൾ ഞാൻ എഴുതിയതാണെന്നു പറയുവാൻ നിർവ്വാഹമില്ല. എന്റെ ഉപബോധമനസ്സുകാച്ചിക്കുറുക്കിത്തന്നതാകണം. ഇതുപോലൊരനുഭവം മറ്റൊരിക്കലും ഉണ്ടായിട്ടുമില്ല. അതിൽത്തന്നെ ഗാന്ധിജിയെക്കൊണ്ടു

ചെവി പൊത്തിച്ചിട്ടില്ല. ഗാന്ധിജി ചെവി പൊത്താൻ കരം ഉയർത്തിയി ട്ടേയുള്ളൂ. ആന്തരികസത്ത വളർന്ന ഒരു ഭാവി തലമുറയിലുള്ള പ്രതീ ക്ഷയാണ് അതിനാധാരം.

സ്മഗിളിങ്ങ് ഇടപാടുകളുടെ കാലമായിരുന്നു കവിതാരചനയുടെ ത്. നിഷിദ്ധമായ സ്മഗിളിങ്ങ് വ്യാപാരത്തിലൂടെയാണ് യുവാവ് ആഢം ബരജീവിതത്തിനു വഴി കണ്ടെത്തുന്നത്. അയാളുടെ തോളിൽ തൂങ്ങുന്ന ട്രാൻസിസ്റ്റർ റേഡിയോ വ്യാജവ്യാപാരവസ്തുവാണ്. നിരീക്ഷണപടു വായ ഗാന്ധിജി യുവാവിന്റെ തോളിൽ തൂങ്ങുന്ന ട്രാൻസിസ്റ്റർ ശ്രദ്ധിക്കു ന്നതു കണ്ട യുവാവു ചോദിച്ചു: "താൻ തന്റെ 'ശുക്രക്കണ്ണു'കൊണ്ട് ഇതിൽ വീണ്ടും വീണ്ടും നോക്കുന്നതെന്തിന്? ഇത് ഡി എസ് പി ക്കു വിറ്റതാണ്. കൊടുക്കാൻ കൊണ്ടുപോവുകയാണ്." ഡി എസ് പി ഇതെല്ലാം തടയേണ്ട ഉദ്യോഗസ്ഥനാണെന്ന കാര്യം വേറെ. യുവാവിന്റെ ആവേശം കല്യാണക്കാര്യത്തിലേയ്ക്കു വീണ്ടും കേറിമറിയുന്നു. അപ്പൂ പ്പന്റെ മകൾക്കുപയോഗിക്കാൻ വീട്ടിൽ വേറെ ട്രാൻസിസ്റ്ററുണ്ടെന്നും, നാളെ മോളുമൊത്ത് ഈ സ്ഥലത്തു വച്ചു കണ്ടുമുട്ടാമെന്നും സൂചിപ്പിച്ച് യുവാവു "റ്റാറ്റാ" പറയുന്നു.

ഗാന്ധിജി തീരെ പിടിപ്പുകെട്ടവനല്ലല്ലോ. "നീ ആരാണെന്നും പേരെ ന്താണെന്നുപോലും പറഞ്ഞില്ലല്ലോ" എന്ന ചോദ്യത്തിന് "പേരു പേര യ്ക്കാ, നാളു നാരങ്ങാ...." എന്ന നാട്ടിലെ ചൊല്ലാണ് അവന്റെ ഉത്തരം. അതേ, പേരു പറയാൻ കൊള്ളാത്ത, മേൽവിലാസമില്ലാത്ത, ഒരു തലമു റയാണ് ഇന്ത്യയിൽ വളർന്നു വരുന്നതെന്നു ധ്വനി!

യുവതലമുറയെ ഗ്രസിച്ചിരിക്കുന്ന മദ്യാസക്തിയുടെ ചിത്രീകരണ ത്തിലേക്കു കവിത തിരിയുന്നു. തന്റെ വീരത്തരങ്ങൾ നിരത്തിയ യുവാ വ്, ട്രാൻസിസ്റ്റർ കൊണ്ടുകൊടുത്തു നൂറിന്റെ നോട്ടുകൾ പിടയ്ക്കുന്ന പോക്കറ്റുമായി വരാമെന്നും, 'മാമൻ' തിടുക്കം വയ്ക്കാതെ അല്പനേരം കൂടി അവിടെ നില്ക്കണമെന്നും അപേക്ഷിക്കുന്നു:

"പെണ്ണിന്റെ ശരിത്തന്തയല്ലയോ? നമുക്കല്പം
തണ്ണി വിട്ടിടാം; ഇഷ്ടം ഫോറിനോ സ്വദേശിയോ?"

എന്ന അവന്റെ ചോദ്യത്തിനു മുന്നിൽ തോറ്റുതുന്നം പാടുന്ന മഹാ ത്മജിയെയാണു നാം കാണുന്നത്. ഇന്ത്യയുടെ നേട്ടം കാണാൻ ദാഹിച്ച കണ്ണുകൾ, ഹൃദയം നൊന്ത് ഊറിക്കൂടുന്ന കണ്ണുനീർക്കയങ്ങളായി, മിണ്ടു വാൻ തൻകണ്ഠത്തിലൊച്ച പൊങ്ങാതെ, പകച്ചു നില്ക്കുന്നു പഴയ തല മുറ. ചുരുക്കത്തിൽ സ്വതന്ത്രഭാരതം നേടിയിട്ടുള്ളത് ബാഹ്യമായ പുരോ ഗതിയാകുന്നു. ആന്തരികമായി അപചയത്തിന്റെ പടുകുഴിയിലേക്കു വീണു പോയിരിക്കുന്നു. ഓരോ ഇന്ത്യൻ പൗരനും ഗൗരവപൂർവ്വം കണ ക്കിലെടുക്കേണ്ട കാര്യമാണിത്. ആരെങ്കിലും ചിന്തിച്ചാൽ അത്രയുമായി.

(ആത്മഹത്യ–1968 ജനുവരി 7)

വർഗ്ഗീസ് എന്ന ആന

മാതൃഭൂമി പത്രത്തിന്റെ പ്രതിനിധിയായി വളരെക്കാലം ഡൽഹി
യിൽ ജോലിയിലിരുന്ന പ്രശസ്ത പത്രപ്രവർത്തകനായിരുന്നു ശ്രീ. വി
കെ മാധവൻകുട്ടി. ഡൽഹിയിൽ ഏതെങ്കിലും ആവശ്യത്തിനെത്തുന്ന
ഏതു മലയാളിക്കും 'മാധവൻകുട്ടി ടച്ചു' മായേ തിരിച്ചു പോരാനൊക്കൂ.
അത്രയ്ക്കു ഹൃദയാപഹാരിയായ ഒരു സുഹൃത്തും, ആർക്കുവേണ്ടിയും
ക്ലേശം സഹിക്കുന്ന ഒരു വ്യക്തിയുമായിരുന്നു അദ്ദേഹം. അദ്ദേഹത്തിന്റെ
സേവനം വീണ്ടും ആവശ്യമുണ്ടെന്നു കണ്ടതിനാലാകാം, വിധി ഒരു വിമാ
നാപകടത്തിൽ രക്ഷപ്പെട്ട രണ്ടോ മൂന്നോ പേരിൽ ഒരാളായി മാധവൻ
കുട്ടിയെയും ഉൾപ്പെടുത്തിയത്.

ഡൽഹിയിലെ പ്രഗതിമൈതാനത്തു ഈരണ്ടു കൊല്ലം കൂടുമ്പോൾ
നടത്തിപ്പോന്ന 'അന്താരാഷ്ട്ര പുസ്തകോത്സവ'ത്തിൽ 1976 മുതൽ കേരള
സർവ്വകലാശാലയും പങ്കെടുത്തു പോന്നു. കേരള യൂണിവേഴ്സിന്റെ പബ്ലി
ക്കേഷൻസ് വകുപ്പു ഡയറക്ടറായിരുന്ന ഞാൻ പുസ്തകങ്ങളും പരി
വാരങ്ങളുമായി ഡൽഹിയിലെത്തുമ്പോൾ പ്രബലനായ സഹായി മാധ
വൻകുട്ടിയായിരുന്നു. മാവേലിക്കര രാമചന്ദ്രൻ, ഏവൂർ പരമേശ്വരൻ എന്നി
വരുമുണ്ടാകും സഹായികളായി.

ഒരു ദിവസം മാധവൻ കുട്ടി എന്നെ കാർട്ടൂണിസ്റ്റ് ശങ്കരിന്റെ സ്ഥാപ
നത്തിലും വസതിയിലും കൊണ്ടുപോയി. *ദുഃഖത്തിന്റെ ചിരി* എന്ന എന്റെ
കവിതാസമാഹാരം ഞാൻ ഭക്ത്യാദരപൂർവ്വം കാർട്ടൂണിസ്റ്റ് ശങ്കരിനു
സമ്മാനിച്ചു. "ദുഃഖത്തിന്റെ ചിരിയോ? അതെന്തു ചിരി?" എന്ന പരിഹാ
സദ്യോതകമായ കമന്റോടുകൂടിയാണ് ശങ്കർ പുസ്തകം സ്വീകരിച്ചത്.
അദ്ദേഹത്തിന്റെ വലിപ്പത്തിനു മുന്നിൽ അടിപതറാതെ – അത് എന്റെ
ഒരു സ്വഭാവമാണ് – ഞാൻ മറുപടി പറഞ്ഞു: – "ശങ്കറിന്റെ കാർട്ടൂണു
കൾ ഉണർത്തുന്ന ചിരി." "ഓഹോ" ശങ്കർ പ്രതികരിച്ചു.

സറ്റയറിന്റെയും കാർട്ടൂണിന്റെയും കേന്ദ്രാശയം നാം ദുഃഖിക്കേണ്ട
തോ, ഓർത്തോർത്തു നെടുവീർപ്പിടേണ്ടതോ ആയിരിക്കുമെന്നും, ആവി
ഷ്കാരമാധ്യമമാണ് അതിനെ ഹാസ്യമയമാക്കി നമ്മെ ചിരിപ്പിക്കുന്ന
തെന്നും ഉള്ള തത്ത്വം ഞാൻ വാദിച്ചു. പുത്തിരി കണ്ടുചിരിക്കുന്ന ചിരി
യല്ല അതെന്നു ഞാൻ സ്ഥാപിച്ചു. വിചാരിച്ചിരിക്കാത്ത നല്ലൊരു വാഗ്വാ
ദമാണ് അന്നു നടന്നത്. കാർട്ടൂണിസ്റ്റിന് എന്റെ വാദം അംഗീകരിക്കുന്ന
താണ് മേന്മ കൂട്ടുന്നത് എന്നു സമ്മതിക്കേണ്ടി വന്നു. ചായയും കുടിച്ച്
അത്യധികം സ്നേഹത്തിലാണ് ഞങ്ങൾ പോന്നത്. അദ്ദേഹം എന്റെ കുട്ടി
കൾക്ക് ചില കൗതുകസാധനങ്ങൾ തന്നുവിടുകയും ചെയ്തു. വിമർശ
ഹാസ്യത്തിന്റെ ഒരു കേന്ദ്രാശയം വെളിവാക്കാനാണ് ഇവിടെ ഇക്കാര്യം
ഇത്രയും വിസ്തരിച്ചത്.

നമുക്കു മാധവൻ കുട്ടിയിലേക്കു മടങ്ങാം. അദ്ദേഹം 1992 ൽ തിരുവ
നന്തപുരത്ത് ഒരു സമ്മേളനത്തിൽ പ്രസംഗകനായെത്തി. ഞാനും സമ്മേ
ളനത്തിനു പോയി. തന്റെ പ്രസംഗത്തിൽ അദ്ദേഹം ജാതിഭേദത്തിന്റെ
അർത്ഥശൂന്യതയെ സരസമായി വിശദീകരിച്ചു. ഇന്ത്യയിൽ വളർന്നു പന്ത
ലിക്കുന്ന ജാതിസ്പർദ്ധയെ നിഷേധിക്കുക എന്നതായിരുന്നു പ്രസംഗ
ത്തിന്റെ പ്രധാന ലക്ഷ്യം. ഹൈന്ദവ ക്ഷേത്രങ്ങൾ ചിലതിൽ മറ്റുമതക്കാർ
പ്രവേശിക്കുന്നത് ശുദ്ധികലശം നടക്കേണ്ട നിഷിദ്ധ കർമ്മമായി വ്യവ
സ്ഥചെയ്തിരിക്കുന്നതിനെ പ്രസംഗത്തിനിടയിൽ അദ്ദേഹം വിമർശിച്ചു.
അത്യധികം വികാരതീവ്രതയോടെയും രസകരമായും മാധവൻകുട്ടി
ആശയം വിശദീകരിക്കുന്നതിനിടയിൽപറഞ്ഞു: "അമ്പലങ്ങളിൽ ഉത്സ
വവേളയിൽ എഴുന്നള്ളത്തിന് ആനകളെ പ്രവേശിപ്പിക്കാറുണ്ട്. കുരുത്ത
ത്തിന് ആനകൾക്കെല്ലാം ഹിന്ദുനാമധേയങ്ങളാണ് നല്കിപ്പോരുന്നത്.
ഒരുവിരുതൻ തന്റെ ആനയ്ക്ക് ക്രിസ്തീയ നാമം നല്കിയാൽ അമ്പല
ത്തിൽ കയറ്റുമോ?" ജനം അറഞ്ഞു ചിരിച്ചു. ചിരിയോടൊപ്പം ഇതൊരു
കവിതാ വിഷയമാക്കാൻ കൊള്ളാമല്ലോ എന്നു ഞാൻ മനസ്സിൽ കുറിച്ചു.

രസികനായ ഒരു നമ്പുതിരി പുതുതായി വാങ്ങിയ ആനയ്ക്ക് ഒരു
ക്രിസ്തീയ നാമം നല്കുന്നു. ആനയെ നടയ്ക്കിരുത്താൻ ഗുരുവായൂർ
ക്ഷേത്രത്തിൽ കൊണ്ടു ചെല്ലുന്നു. പ്രവേശനം നിഷേധിക്കപ്പെടുന്നു. കവി
തയുടെ കഥാതന്തു ഏതാണ്ട് ഈ വിധം മനസ്സിൽ രൂപപ്പെടുന്നു. ആന
കളുടെ കേന്ദ്രം ഗുരുവായൂരാകയാലാണ് ക്ഷേത്രം അതാകട്ടെ എന്നു
ചിന്ത വന്നത്. ആനയ്ക്കു ക്രിസ്ത്യൻ പേര് ഏതു വേണം? 'ചാക്കോ'
എന്നാണ് ആദ്യം ആലോചിച്ചത്. അത്ര പഴഞ്ചൻ പേരു വേണ്ട, തീരെ
പുത്തൻ പേരും വേണ്ട. എന്റെ സഹപാഠികളുടെ പേരുകൾ പലതും പര
തി. അപ്പോഴാണ് 'വർഗ്ഗീസ്' എന്ന പേരു ഉയർന്നുവന്നത്. 'ജോർജ്' ന്റെ
മലങ്കര ക്രിസ്ത്യാനി രൂപം.

"കേവലം ഹിന്ദുക്കൾതൻ പേരുമാത്രമാണല്ലോ ആനകൾക്ക്" എന്ന
താണ് ആദ്യം മനസ്സിൽ ഉദിച്ച പാദം. അതിനു മുന്നം മൂന്നോ നാലോ
ഹിന്ദുനാമം ചേർക്കണം. കഴിവുള്ളിടത്തൊക്കെ ആദിപ്രാസമോ
ദ്വിതീയാക്ഷരപ്രാസമോ ചേർത്താൽ കവിതയ്ക്കു സംഗീത ഭംഗി കൂടും.

ഓർത്തിരിക്കാൻ കൂടുതൽ സഹായകമാകും. കേവലം വച്ചാലോചിച്ച
പ്പോൾ "കേശവൻ– ഗുരുവായൂർ കേശവൻ" ഓടിയെത്തി. നല്ലതുടക്കം.
പിന്നാലെ ഗംഗാധരൻ, ചന്ദ്രശേഖരൻ തുടങ്ങിയ പ്രസിദ്ധമായ ചില ആന
പ്പേരുകൾ ചേർത്തതിന്റെ മറ്റൊരു രഹസ്യം അവ കേക വൃത്തത്തിന്റെ
ലക്ഷ്മണരേഖയ്ക്കകത്ത് ഒതുങ്ങിനിന്നുകൊള്ളും എന്നതാണ്.

ആനഭ്രാന്തനായ ഒരു നർമ്മ രസികൻ നമ്പൂതിരിയെ വേണം ഉടമ
സ്ഥനാക്കാൻ. അയാൾ ആനപ്പുറത്തു കയറി ഗുരുവായൂർക്ക് ഒരു യാത്ര
നടത്തിവേണം ചെല്ലാൻ. ഗുരുവായൂർ നിന്ന് കുറേദുരെയുള്ള സ്ഥലമാ
കണം. ആന എന്ന പദത്തിന്റെ അംശമുള്ള പേരായാൽ നന്ന്. രചനയ്ക്കും
പ്രാസത്തിനുമൊക്കെ കൂടുതൽ ഉപകരിച്ചെന്നിരിക്കും. മനസ്സിലൂടെ ആന
ജപം നടത്തി പേരുകൾ കടത്തിവിടുമ്പോഴാണ് 'നാരങ്ങാനം' എത്തുന്ന
ത്. കൊള്ളാം. പക്ഷേ, സ്ഥലം എവിടെയെന്നു നിശ്ചയമില്ല. തിരക്കിയ
പ്പോഴാണ് തിരുവല്ലായ്ക്കപ്പുറമാണ് നാരങ്ങാനമെന്നറിയുന്നത്. ഭേഷ്; ദുര
വുമുണ്ട്. "ആനഭ്രാന്തരിൽ ഭ്രാന്തനെന്നുപേരെഴും നാരങ്ങാനത്തെ മന
യ്ക്കലെ തമ്പുരാൻ" അങ്ങനെ ജന്മം കൊണ്ടു. രസികശിരോമണിയായ
നമ്പൂതിരിയോ,

 "പുതുതായ് താൻ വാങ്ങിയ കുട്ടിയാനയ്ക്കേകുന്നു
 കുതുകത്തോടെ 'വർഗ്ഗീസ്' എന്ന ക്രിസ്തീയനാമം!"
ആനയിൽ വർഗ്ഗീസ് ഒരു കേമനാവുക തന്നെ ചെയ്തു. 'ചാക്കോ'
എന്നു പേരിട്ടിരുന്നെങ്കിൽ കുറച്ചുകൂടി കേമനാകാമായിരുന്നു എന്ന് കവി
സമ്മേളനങ്ങളിൽ ഈ കവിത അവതരിപ്പിക്കുമ്പോൾ ഞാൻ പറയാറു
ള്ളതു കേട്ട് ശ്രോതാക്കൾ കുടുകുടെ ചിരിക്കുന്ന രംഗം മനസ്സിൽ തെളി
യുന്നു.

തിരുമേനിയും ആനക്കാരനും കാര്യസ്ഥനും കൂടി ആനപ്പുറം കേറി
യാത്ര ചെയ്ത് നാരങ്ങാനത്തു നിന്നും ഗുരുവായൂർ എത്തുന്നു, ആനയെ
നടയ്ക്കിരുത്താൻ. കൊമ്പനെ കുളിപ്പിച്ചു തിരുവാതിലിൻ മുന്നിൽ എത്തു
ന്നു. ക്ഷേത്രമേധാവികൾ ആനയുടെ വിവരങ്ങൾ രേഖപ്പെടുത്തുമ്പോൾ
ആനയുടെ പേരു കേട്ടതോടെ ആനയ്ക്ക് അമ്പലമുറ്റത്ത് പ്രവേശനം
നിഷേധിക്കുകയായി.

ധന്യരാം മേലാളന്മാർ ഏക ശബ്ദത്തിൽ ചൊന്നാർ:
 "അന്യജാതിക്കാർക്കാർക്കുമില്ലിങ്ങു പ്രവേശനം!"
മനുഷ്യർക്കിടയിലെ ജാതിയുടെ വേലിക്കെട്ടുകളുടെ അർത്ഥശൂന്യത
ബോദ്ധ്യപ്പെടുത്താൻ ഇവിടെ ഒരു മൃഗം എത്തിയിരിക്കുകയാണ്. താര
തമ്യപ്പെടുത്തുമ്പോൾ നമ്മുടെ 'വർഗ്ഗീസ്' എത്ര നല്ല മനുഷ്യൻ!
ഫലിതജ്ഞനായ നമ്പൂതിരി പൊട്ടിച്ചിരിച്ച് ശ്രീകോവിലിനു നേർക്കു
തൊഴുത് "കൃഷ്ണാ, പേരിലാണിരിപ്പതു ജാതിയെന്നുറപ്പായി!" എന്നു
പറയുമ്പോൾ ഉദിക്കുന്ന ചിരിയുടെ ഉറവിടം മനുഷ്യവർഗ്ഗം കെട്ടിച്ചമച്ച
വേലിക്കെട്ടുകളെക്കുറിച്ചുള്ള ദുഃഖമാകുന്നു. അല്ലേ?

(വർഗ്ഗീസ് ആന. 1992 ജൂൺ 22)

നൂറ്റിപ്പത്തു നില താഴെ!

ആയിരത്തിത്തൊള്ളായിരത്തി തൊണ്ണൂറ്റിനാലിൽ ആയിരുന്നു എന്റെ ആദ്യത്തെ അമേരിക്കാ സന്ദർശനം. 'ഫൊക്കാന' എന്ന സംഘടനയുടെ ക്ഷണം അനുസരിച്ചായിരുന്നു യാത്ര. 'ഫെഡറേഷൻ ഓഫ് കേരള അസോസിയേഷൻസ് ഇൻ നോർത്ത് അമേരിക്ക' എന്നാണ് 'ഫൊക്കാന'യുടെ പൂർണ്ണരൂപം. ചുരുക്കത്തിൽ അമേരിക്കയിലെ ആകെ മൊത്തം കേരളീയരുടെ അതിഥിയായാണ് സമ്മേളനത്തിനെത്തുന്നത്.

അക്കൊല്ലത്തെ ഫൊക്കാന സമ്മേളനം കാനഡയിലെ റ്റൊറന്റോയിൽ വച്ചായിരുന്നു. അന്ന് മന്ത്രിയായിരുന്ന കെ എം മാണി ഉദ്ഘാടകൻ. അക്കിത്തവും ഞാനുമായിരുന്നു സാഹിത്യകാരന്മാരിലെ മുഖ്യക്ഷണിതാക്കൾ. സമ്മേളനം പൊടിപൊടിച്ചു നടന്നു. അമേരിക്കൻ മലയാളികൾ കുടുംബസമേതം ഒത്തുകൂടുന്ന അവസരം. തങ്ങളുടെ മക്കൾക്ക് ഒരു മലയാളി ഇണയെ കണ്ടെത്താനാഗ്രഹിക്കുന്നവർക്ക് ഇതിലധികം മെച്ചമായ ഒരവസരം ലഭിക്കാനില്ല. അതുപോലെ സാഹിത്യ സിദ്ധിയുള്ള പ്രവാസികൾക്ക് കഴിവു പ്രകാശിപ്പിക്കുവാൻ ഉതകിയ സന്ദർഭം. ചെറിയാൻ കെ ചെറിയാൻ, ജോയൻ കുമരകം, ജോൺ ഇളമത, ഡോ. റോയി തോമസ് തുടങ്ങിയ പ്രവാസി സാഹിത്യ ബന്ധുക്കളെ കണ്ടെത്തിയത് അവിടെ വച്ചാണ്. സൽക്കാരം കൊണ്ടു വീർപ്പുമുട്ടിച്ച വ്യവസായി അനിരുദ്ധൻ, പാർത്ഥസാരഥിപ്പിള്ള, ഡോ. എം വി പിള്ള, നാട്ടുകാരനും അകന്ന ബന്ധുവുമായ മനോഹർ-ജമിനി ദമ്പതികൾ തുടങ്ങിയ പലരും ഇന്നും എന്റെ ഓർമ്മയിൽ തുള്ളിക്കളിക്കുന്നു. കാനഡയിലുള്ള എന്റെ അടുത്ത ബന്ധു ജോയിയുടെ വീട്ടിലും, തുടർന്ന് യു എസ് എ യിൽ ചിക്കാഗോയിലുള്ള എന്റെ പെങ്ങളുടെ മകൾ മേരിക്കുഞ്ഞിന്റെ വീട്ടിലും പോകണമെന്നു മുൻകൂർ പ്ലാനിട്ടായിരുന്നു എന്റെ യാത്ര. അവർ പല കൊല്ലങ

ളായി വിദേശത്താണെങ്കിലും, സ്വന്തക്കാർ ആരും അവിടെച്ചെന്നിട്ടില്ല. അതിനാൽ ഞാൻ സഹധർമ്മിണി ബേബിയുമൊത്താണു പോയത്. ഞങ്ങളെ പച്ചയ്ക്കു തിന്നണമോ, പുഴുങ്ങിതിന്നണമോ എന്നറിയാത്ത സന്തോഷത്തിലായിരുന്നു അവരും.

മേരിക്കുഞ്ഞിന്റെ ഭർത്താവ് തമ്പിയും, തമ്പിയുടെ അളിയൻ ജോണിയും ദീർഘദൂരം കാറിൽ സഞ്ചരിച്ച് റ്റൊറന്റോയിൽ എത്തി, ഞങ്ങളെ കൊണ്ടുപോകാൻ. രണ്ടുദിവസം തന്റെ വീട്ടിൽ കഴിച്ച ഞങ്ങളെ മനസ്സില്ലാമനസ്സോടെ ജോയിയും കുടുംബവും യാത്രയയച്ചു. കാനഡയുടെയും അമേരിക്കൻ ഐക്യനാടിന്റെയും പച്ചവിരിച്ചു പൂ ചൂടി നില്ക്കുന്ന അക്കാലത്തെ പ്രകൃതി മനോഹാരിതയും റോഡുകളുടെ ചാരുതയും കാണാൻ ആ കാർയാത്ര അങ്ങേയറ്റം ഉപകരിച്ചു. കാറുകളുടെ നഗര മായ ഡിട്രോയിറ്റിലെയും മറ്റും കാഴ്ചകൾ വിവരിക്കാൻ ഇടമില്ലായ്ക യാൽ വിടുന്നു. പക്ഷേ, 'നദിയുടെ അടിയിൽക്കുടിയുള്ള റോഡി ലുടെയാണ് ഇപ്പോൾ യാത്ര' എന്നറിഞ്ഞപ്പോൾ പലതും ചിന്തിച്ചു പോയി. കാനഡയുടെ അതിർത്തിയിലുള്ള വിസ പരിശോധന വിമാനത്താവള ത്തിലേതുപോലെ ശക്തമാണ്. സ്വപ്നാടനം പോലുള്ള പത്തുമണിക്കൂർ യാത്ര കഴിഞ്ഞ് ഞങ്ങൾ ചിക്കാഗോയിൽ മോർട്ടൻ ഗ്രോവിലുള്ള മേരി ക്കുഞ്ഞിന്റെ വീട്ടിലെത്തി. വിചാരിച്ചതിലും വലുതും, ഭംഗിയും സൗക ര്യങ്ങളുള്ളതുമായ വീട്. അവിടെ ദൈവം ഇറങ്ങിച്ചെന്നതുമട്ടിലുള്ള പിള്ളേരുടെ വരവേല്പും.

മേരിക്കുഞ്ഞിന്റെ വീട്ടിൽ തിരക്കിട്ട പരിപാടികളുമായി കഴിയുന്ന തിനിടയിൽ ഡോ. റോയിതോമസ് എന്നെ വിളിക്കുന്നു. തിരുവല്ലാക്കാര നായ അദ്ദേഹം വർഷങ്ങളായി ചിക്കാഗോയിൽ ശിശുരോഗവിദഗ്ധനായി സേവനം അനുഷ്ഠിക്കുന്നു. സാഹിത്യപ്രണയി, നർമ്മരസികൻ. ഫൊക്കാന സമ്മേളനത്തിനെത്തിയിരുന്നു. അന്നത്തെ തീരുമാനമനുസ രിച്ചാണ് വിളിക്കുന്നത്. പിറ്റേന്ന് (ജൂലൈ 12) ഡോക്ടർ വരുമെന്നും, ലോകത്തിലേക്കും പൊക്കം കൂടിയ 'സിയേഴ്സ് ടവർ' കയറാൻ പോകു ന്നതിനു തയ്യാറായിരിക്കണമെന്നും അറിയിച്ചു. വാക്കുപോലെ പിറ്റേന്നു ഡോക്ടർ വന്നു. ഞാനും ഭാര്യ ബേബിയും അദ്ദേഹത്തിന്റെ കാറിൽ തിരിച്ചു. ഓട്ടത്തിനിടയിൽ വണ്ടിയിൽ ഘടിപ്പിച്ചിട്ടുള്ള മൊബൈൽ ഫോണിലൂടെ അദ്ദേഹം വീട്ടിലുള്ള ഭാര്യയെ വിളിച്ചു വിവരം പറയുന്നത് അത്ഭുതത്തോടെ ഞാൻ കണ്ടു. മൊബൈൽ ഫോൺ 1994 ൽ നാട്ടിൽ പ്രചരിച്ചിരുന്നില്ല. ശാസ്ത്രത്തിന്റെ ഈ മുന്നേറ്റമെല്ലാം എന്റെ രാജ്യത്ത് എന്നുണ്ടാകുമെന്നായിരുന്നു അപ്പോഴത്തെ എന്റെ ചിന്ത. ഇരുപതു കൊല്ല മാകുന്നതേയുള്ളൂ. കേരളത്തിലെ ഭിഷക്കാരൻ മൊബൈലിൽ വിളിച്ച് "ഞാൻ 15 മിനിട്ടിനകം ധർമ്മത്തിന് അവിടെയെത്തും, നൂറു രൂപയിൽ കുറഞ്ഞ തുക സ്വീകരിക്കുന്നതല്ല" എന്നു പറയുന്ന സ്ഥിതിയിലായിരി ക്കുന്നു ഇന്നു നാം!

110 നിലയുള്ള (1454 അടി ഉയരം) സിയേഴ്സ് ടവറിന്റെ ചുവട്ടിൽ

ഞങ്ങൾ അമ്പരന്നു നിന്നു. കൂറ്റൻ കെട്ടിടം. വീടുകൾ, ഓഫീസുകൾ, കടകൾ, സിനിമാശാലകൾ, എല്ലാമുണ്ട് അതിൽ. നാലഞ്ചു ലിഫ്റ്റുകൾ ഉള്ളതിൽ ഒന്നിലൂടെ ഞങ്ങളും ഡോക്ടറും സിയേഴ്സ് ടവറിന്റെ മുകളി ലെത്തി. 'നിലവാരം' എന്നൊരു കവിതയിലൂടെ അന്നത്തെ അനുഭവം ഞാൻ വിവരിച്ചിട്ടുണ്ട്. 1994 ഒക്ടോബറിൽ ആയിരുന്നു കവിതാരചന. ഭൂലോകഹർമ്മ്യങ്ങളിൽ പൊക്കമേറിയ സിയേഴ്സ് ടവറിന്റെ മുകളിലായി

"ഭൂവിലോ സ്വർഗ്ഗത്തിലോ? സംശയം പൂണ്ടെൻ ഭാര്യ
ബേബിയുണ്ടരികത്തൊരത്ഭുത സ്തൂപം പോലെ!"

താഴത്തു നെയ്യുറുമ്പുകൾ പോലെ കാറുകൾ നീങ്ങുന്നു. ചതുരംഗ പ്പലകയിൽ കരുക്കൾ എന്നതുപോലെ നോക്കെത്താ ദൂരത്തോളം നിര നിരയിൽ കെട്ടിടങ്ങൾ. കൂടുതൽ വർണ്ണനകൾ കവിതയിലുണ്ട്. പറയാ നുള്ള കാര്യം അതല്ല. അത്ഭുതത്താൽ കോരിത്തരിച്ച ഹൃദയവുമായി നില്ക്കുമ്പോൾ ആതിഥേയനായ റോയി തോമസിന്റെ ചോദ്യം:

"ഈ ശില്പതന്ത്രത്തിന്റെ ഉച്ചിയിൽ നില്ക്കുമ്പോൾ മലയാളത്തിലെ ഹാസ്യകവിക്ക് എന്താണു തോന്നുന്നത്?"

ഡോ. റോയി തോമസ് ചില്ലറപ്പുള്ളിയല്ലല്ലോ എന്ന് എനിക്ക് തോന്നി. സാറിനോ, ചെമ്മനംചാക്കോയ്ക്കോ എന്തു തോന്നുന്നുവെന്നല്ല, 'കേര ളത്തിലെ ഹാസ്യകവിയ്ക്ക്' എന്തു തോന്നുന്നു എന്നാണ് അദ്ദേഹത്തിന്റെ മുനവച്ച ചോദ്യം. അല്പം ആലോചിച്ചിട്ടു ഞാൻ പറഞ്ഞു: "അമേരിക്ക യിലെ എൻജിനീയർമാർ എത്ര മരമണ്ടരാണ് എന്നാണ് എനിക്കു തോന്നു ന്നത്." കൗതുകപൂർവ്വം കാരണം തിരക്കുന്ന ഡോക്ടറോടു ഞാൻ പറ ഞ്ഞു. "മണ്ടന്മാർ ഏതാനും നില കൂടി കെട്ടിയിരുന്നെങ്കിൽ ഉടലോടെ സ്വർഗ്ഗത്തിൽ പോകാനും വരാനും കഴിയുമായിരുന്നില്ലേ?" മറുപടി ഡോക്ടർക്ക് ക്ഷ പിടിച്ചു.

ഡോക്ടർ പറഞ്ഞു: "കേരളത്തിൽ നിന്ന് ആരെങ്കിലും വി ഐ പി കൾ വന്നാൽ 'സിയേഴ്സ് ടവർ' കാണിക്കുക എന്റെ ഹോബിയാണ്. മുക ളിൽ നില്ക്കുമ്പോൾ എല്ലാവരോടും ഞാൻ ചോദ്യം ചോദിക്കും. അപൂർവ്വം പേരിൽ നിന്നു മാത്രമേ ഓർത്തിരിക്കാൻ പറ്റിയ മറുപടി ലഭി ക്കാറുള്ളൂ. അത്തരം ഒരു അസ്സൽ മറുപടിയാണ് മലയാളത്തിലെ ഹാസ്യ കവിയിൽ നിന്നും ഇപ്പോൾ എനിക്കു കേൾക്കാൻ കഴിഞ്ഞത്. സന്തോ ഷം. പെരുചോദിക്കല്ലേ, ഒരു മാസം മുമ്പ് ഒരു കേരളമന്ത്രി ഔദ്യോഗിക കൂടിയാലോചനയ്ക്ക് ഇവിടെ വന്നു. പതിവുപോലെ ഞാൻ അദ്ദേഹത്തെ ക്ഷണിച്ച് സിയേഴ്സ് ടവർ കാണിച്ചു. ടവറിന്റെ മുകളിൽ എത്തിയപ്പോൾ ഞാൻ ചോദിച്ചു: "ഇവിടെ നില്ക്കുമ്പോൾ കേരളമന്ത്രിക്ക് എന്തു തോന്നുന്നു?"

നർമ്മജ്ഞനായ ആതിഥേയൻ തുടർന്നു: "എന്റെ വലംകൈയിൽ പിടിച്ചുകൊണ്ടു മന്ത്രി പറഞ്ഞതെന്താണെന്നോ? രഹസ്യം പറയുവാൻ ഇത്രയും പറ്റിയ സ്ഥലമില്ല" എന്നാണ്. ഒരു രഹസ്യം പറയുകയും ചെയ്തു. ഇവിടെ ഞാനും ഡോക്ടറും സീയേഴ്സ് ടവറും മാത്രം. നമ്മു

ക്കിരുവർക്കും സിയേഴ്സ് ടവർ പോലെ ഉന്നതമായ നേട്ടം ഉണ്ടാക്കുന്ന ഒരു രഹസ്യം ഞാൻ പറയാം. ഞാൻ ഒരു ഗവൺമെന്റ് ഡീഡിനാണ് ഇവിടെ വന്നിരിക്കുന്നത്. അവർ വലിയ കമ്മീഷനാണ് ഓഫർ ചെയ്തി രിക്കുന്നത്. ആ തുക ഞാൻ സ്വന്തം പേരിൽ ഉടനെ നാട്ടിലേക്കു കൊണ്ടു പോയാൽ ചീത്തപ്പേരാകും. അത് ഡോക്ടറുടെ പേരിൽ കുറേനാൾ ഇവിടെ ഒന്നു സൂക്ഷിച്ചു തരണം. വെറുതേവേണ്ട. പത്തോ ഇരുപതോ ശതമാനം ഡോക്ടർ എടുത്തു കൊള്ളൂ. അതു തന്നേ നിസ്സാരതുകയല്ല ഡോക്ടർ."

"സോറി; ഞാൻ മാനം മര്യാദയ്ക്ക് ഇവിടെ ടാക്സുകൾ നല്കി ജീവിക്കുന്ന ജനപ്രീതിയുള്ള ഒരു ഡോക്ടറാണ്. മന്ത്രി പറഞ്ഞകാര്യ ത്തിന് എന്നെ കിട്ടുകയില്ല. നാം നൂറ്റിപ്പത്തു നില മുകളിലല്ലേ നിൽക്കു ന്നത്? കേരളത്തിലെ ഭരണാധി നാഥന്റെ 'നിലവാരം' നൂറ്റിപ്പത്തു നില അടിയിലായതിനാൽ ഞാൻ ദുഃഖിക്കുന്നു" എന്നു പറഞ്ഞ് എത്രയും വേഗം ഞാൻ മന്ത്രിയെ ഒഴിവാക്കി." ഡോക്ടർ പറഞ്ഞു നിറുത്തി. ഞങ്ങൾ താഴെയ്ക്കിറങ്ങി.

എന്റെ മനസ്സു നിറയെ ഡോക്ടർ റോയി തോമസ് പറഞ്ഞ അനുഭ വസാക്ഷ്യമായിരുന്നു. ഉന്നതങ്ങളിൽ നിന്നാണ് നാടിന്റെ മൂല്യച്യുതികൾ താഴോട്ടരിച്ചിറങ്ങുന്നത്. 'നിലവാരം' എന്ന കവിത എഴുതി കോപ്പികളെ ടുത്ത് കേരളത്തിലെ സകല മന്ത്രിമാർക്കും അയച്ചുകൊടുത്തു. കഥാപു രുഷൻ കണ്ടുകാണുമോ? കണ്ടാലും പിന്നിൽ ഒരു ആളുമുളച്ച കൗതു കമേ അദ്ദേഹത്തിന് കാണൂ. എന്ന് നമ്മുടെ നിലവാരം ഉയരും, കർത്താവേ?

(നിലവാരം, 1994 ഡിസംബർ 24)

ദുഷിച്ച രക്തം

'ചാക്കിട്ടു പിടുത്തം' എന്നു രാഷ്ട്രീയരംഗത്ത് ഒരു ശൈലിയുണ്ട്. അധികാരത്തിൽ നിന്നും പുറത്താകാതിരിക്കാനോ അനർഹമായ കാര്യം നേടാനോ ഭൂരിപക്ഷത്തിനു നേരിയ കുറവുവരുമ്പോൾ, മറുപക്ഷത്തുള്ള ആർക്കെങ്കിലും ഉന്നതപദവികളോ, വലിയ സാമ്പത്തിക നേട്ടങ്ങളോ നല്കി മറുകണ്ടം ചാടൻ പ്രലോഭിപ്പിക്കുന്നതിനാണു ചാക്കിട്ടു പിടുത്തം എന്നു പറയുന്നത്. അധികാരത്തിൽ നിന്നു പോകാതിരിക്കാൻ കാലുവാ രൽ, കാലുമാറ്റം, കാലുപിടുത്തം തുടങ്ങിയ ഒട്ടേറെ തന്ത്രവിദ്യകളും രാഷ്ട്രീയരംഗം അടക്കിവാഴുന്നു. ഇവയെ വിമർശിക്കണം കവിതയിൽ എന്നു വിചാരിച്ചു ഞാൻ നടക്കുന്ന കാലം.

ആയിടയ്ക്കു 'രക്തദാന വാര'ത്തിന്റെ ഉദ്ഘാടനം നടന്നു. തൊട്ട തിനും പിടിച്ചതിനുമെല്ലാം വാരം ആഘോഷിക്കുന്നതും നാട്ടുനടപ്പായി ട്ടുണ്ടല്ലോ. രക്തദാനം ആരോഗ്യത്തിനു ഹാനികരമല്ലെന്നു ജനങ്ങളെ ബോധവല്ക്കരിക്കുകയാണു ലക്ഷ്യമെങ്കിലും, അതു സ്വന്തം പാർട്ടിക്കു മുതലാക്കണമെന്നു മെഡിക്കൽ മന്ത്രിയുടെ പാർട്ടി നിശ്ചയിക്കുന്നു. അതി നാണ് ഉദ്ഘാടനം. മന്ത്രി രക്തദാനം നടത്തുന്ന ചടങ്ങ് മെഡിക്കൽ കോളേജിനു മുന്നിൽ; പിറ്റേന്ന് മന്ത്രിയുടെ രക്തമെടുക്കുന്ന ചിത്രം പത്ര ങ്ങളിൽ.

ആ ചിത്രം കണ്ടപ്പോൾ എന്റെ മനസ്സിൽ ഒരു കുസൃതി തോന്നി. വിശേഷിച്ചും അപ്പോഴത്തെ ആരോഗ്യമന്ത്രി അധികാരത്തിൽ നിന്നു താഴെ പ്പോകാതിരിക്കാൻ കുതന്ത്രങ്ങൾ ഒപ്പിച്ചവനാണ്. ഈ മന്ത്രിയുടെ ദേഹ ത്തിൽ നിന്നും എടുത്ത രക്തം കുത്തിവച്ചാൽ ആ രോഗി പിന്നെ ആശു പത്രിയിൽ നിന്നും ഇറങ്ങിപ്പോകുമോ? രക്തം കുത്തിവയ്ക്കുന്നതിലൂടെ സ്വഭാവം പകരുമെന്നു പറയുന്നത് ശാസ്ത്രീയമായി ശരിയല്ല. പക്ഷേ,

ദുഷിച്ചുവഷളായ രാഷ്ട്രീയ സാഹചര്യത്തിൽ മന്ത്രിയുടെ രക്തം കുത്തി വച്ചരോഗി ആശുപത്രിയിൽ നിന്നുപോകുന്നില്ല എന്നു പറഞ്ഞാൽ, ആ സാഹിത്യസത്യത്തെ, അനുവാചകർ നിഷേധിക്കുകയില്ല. നിശ്ചയം; ഭേഷ്. ആ ചിന്തയിൽ നിന്നും ഒരു കവിത പിറക്കുന്നു:-

"ഡിസ്ചാർജു ചെയ്തിട്ടും ഹാ, പോകുന്നതില്ലാ രോഗി!" യാത്രാ സൗകര്യം ഓഫർ ചെയ്തിട്ടും രോഗി പോകുന്നില്ല. 'ഡിസ്ചാർജ്' എന്ന ഇംഗ്ലീഷ് പദത്തിനു ബദലായി 'ബസ്ചാർജ്' എന്ന ഒരു പദം നുകം വച്ചു കൊടുത്തു. ബസ് ചാർജ്ജു നല്കാമെന്നുപറഞ്ഞിട്ടും ആൾ കിടപ്പു തന്നെ. ഡോക്ടറും നഴ്സും വീട്ടുകാരും നാട്ടുകാരും സ്വന്തം ഭാര്യയും വന്നു പറഞ്ഞിട്ടും,

"ബലമായ് വലംകൈയാൽ കട്ടിലിൽ പിടിച്ചും, തൻ-
തല കമ്പിളിക്കട്ടിപ്പുതപ്പാൽ മൂടിക്കൊണ്ടും
വേണ്ടതും വേണ്ടാത്തതും പുലമ്പിക്കൊണ്ടും, കഷ്ട,-
മാണ്ടുപുണ്ടൊാരേയൊരു കിടപ്പാണതിൽപ്പിന്നെ!"

അധികാര പീഠത്തിലേറിയാൽ ഏതു ഹീനമാർഗ്ഗം ഉപയോഗിച്ചും അവിടെ കടിച്ചുതൂങ്ങിക്കിടക്കാൻ വലിയ നേതാക്കൾ പോലും തത്രപ്പെ ടുന്ന ഇക്കാലത്ത്, രോഗമുക്തനായിട്ടും ആശുപത്രി വിട്ടുപോകാത്ത ഒരു രോഗിയെ എങ്ങനെ കുറ്റപ്പെടുത്തും? ആശുപത്രിയിൽ നിന്നു ഭക്ഷണം കിട്ടുന്നതിനാൽ അതിനു വേണ്ടി തന്ത്രം പ്രയോഗിക്കുന്ന ഒരു സാധാ രണക്കാരനല്ല രോഗി എന്നുവരുത്തണം. എങ്കിലേ പ്രതിപാദ്യത്തിനു ഉദാ ത്തത കൈവരു. അതുകൊണ്ടാണ് നാട്ടുകാർക്കെല്ലാം ഒന്നുപോലെ വന്ദ നീയനായ ഒരാൾക്ക് ഈ മാറ്റം വന്നതിലാണ് ഏവർക്കും അത്യത്ഭുതം എന്ന വിശദീകരണം നല്കിയത്.

ആശുപത്രിയിലും, നാട്ടിലും, മാധ്യമങ്ങളിലുമെല്ലാം പ്രബലമായ വാർത്തയായിക്കഴിഞ്ഞു കാര്യം. ആളിനെക്കാണാൻ തന്നെ അനേകം പേർ അവസരം കാത്തു. കേവലം നാലാം കൂലിയല്ല, വിദ്യാസമ്പന്നനും വിത്തസമ്പന്നനും അതീവ ബഹുമാന്യനുമാണ് കഥാപാത്രം. അദ്ദേഹ ത്തിന് ഈ ഗതി വരാൻ എന്താണു കാരണം എന്ന ബഹുജന ചിന്താ ഗതി കവിതയിലൂടെ സ്ഥാപിച്ചെടുത്തു ഞാൻ. ഇടയ്ക്ക് ഒരു ആനുഷം ഗികക കാര്യമെന്ന നിലയിൽ രക്തദാനവാരാഘോഷവും പ്രതിപാദ്യമാക്കി.

കവിതയുടെ അവസാനഖണ്ഡം ബഹുമാന്യവ്യക്തിക്ക് ആശുപത്രി യിൽ വച്ചു സംഭവിച്ച ഈ മാറ്റത്തിന്റെ കാരണം തിരക്കലാണ്. ഗവേഷ കർ രക്തം വച്ച കുപ്പികളോരോന്നും പരിശോധനാവിഷയമാക്കുകയുണ്ടാ യി. അത് ഊഹാപോഹങ്ങളുടെ മറ നീക്കി സത്യം ഇങ്ങനെ വെളിച്ച ത്തുകൊണ്ടു വരുന്നു;

"ഹന്ത, മാന്യരിൽ മാന്യനാകുമീ രോഗിക്കല്ലോ
മന്ത്രി തൻ രക്തം കുത്തിവച്ചുപോൽ നിർഭാഗ്യത്താൽ!"

അതിൽപ്പിന്നെ കട്ടിൽ വിടാതെ ഒരേയൊരു കിടപ്പാണ് വിദ്വാൻ. അങ്ങനെ രക്തദാന വൈചിത്ര്യവ്യാഖ്യാനം പര്യവസാനിക്കുന്നു.

കവിതയ്ക്കു 'രക്തദാനം' എന്നു പേരിട്ടാലോ എന്നാണ് ആദ്യം ചിന്തിച്ചത്. പക്ഷേ, എന്റെ ലക്ഷ്യം 'രക്തദാന'പ്രചാരണമല്ല. ഏതു ഹീന തന്ത്രവും അധികാരത്തിൽ കടിച്ചുതൂങ്ങി കിടക്കുന്നതിന് ഉപാധിയാക്കുന്ന രാഷ്ട്രീയ കാപട്യമാണ്. രക്തദോഷമാണ് ഇവിടെ പ്രതിഫലിക്കേണ്ടത്. അതിനാൽ കവിതയ്ക്ക് 'രക്തദൂഷ്യം' എന്നു പേരിട്ടു പ്രസിദ്ധീകരിച്ചു. അനുവാചക ശ്രദ്ധ നേടിയ എന്റെ ആദ്യകാല വിമർശഹാസ്യ കവിതക ളിൽ ഒന്നായി തിളങ്ങി നില്ക്കുന്നു ഇന്നും 'രക്തദൂഷ്യം'. പാഠപുസ്തക ക്കമ്മിറ്റി, കേരള സർവ്വകലാശാലയിൽ കോളേജ് ക്ലാസിലേക്കുള്ള പാഠ പുസ്തകത്തിൽ ഒരിക്കൽ ഈ കവിത ഉൾപ്പെടുത്തുകയുണ്ടായി. അതി നാൽ അടുത്ത കാലത്തു ഗൾഫിൽച്ചെന്നപ്പോൾ പോലും രക്തദൂഷ്യം ചുണ്ടിൽ തെളിയുന്ന ഏതാനും സുഹൃത്തുക്കളെ കണ്ടുമുട്ടാൻ കഴിഞ്ഞു.

(രക്തദൂഷ്യം– 1972 ആഗസ്ത് 24)

നാട്ടുചികിത്സ ഉടൻ തുടങ്ങണം

ആയുർവ്വേദ ചികിത്സയ്ക്ക് കേരളത്തിലെ എന്നല്ല, ലോകത്തിലെ തന്നേ പ്രധാന കേന്ദ്രം കോട്ടയ്ക്കൽ ആയുർവ്വേദ ആര്യ വൈദ്യശാല യാകുന്നു. പി എസ് വാര്യർ ആണ് വൈദ്യശാലയുടെ സ്ഥാപകൻ. ഇപ്പോൾ അതിന്റെ പരമാധികാരി പി കെ വാര്യരും.

കോട്ടയ്ക്കൽ ആര്യവൈദ്യശാല കേവലം ചികിത്സാ കേന്ദ്രമല്ല എന്ന താണു പ്രത്യേകത. കലാകേന്ദ്രം എന്ന നിലയിലുള്ള പാരമ്പര്യവും അതി നുണ്ട്. നാടകസംഘം, 'കഥകളി' സംഘം ഇവ കോട്ടയ്ക്കൽ ആര്യ വൈദ്യ ശാലയുടെ പ്രൗഢി വളർത്തിയിട്ടുണ്ട്. നാടകവും കവിതയും സംഗീത വുമെല്ലാം യഥാർഹം പരിലാളിക്കപ്പെടുന്നു. പുസ്തകപ്രസിദ്ധീകരണ വിഭാഗവുമുണ്ട്. എത്രയോ പണ്ഡിതന്മാർ കോട്ടയ്ക്കൽ ആര്യവൈദ്യശാ ലയുടെ പ്രോത്സാഹന പാത്രങ്ങളായിട്ടുണ്ട്, കലാകാരന്മാരും.

കോട്ടയ്ക്കൽ ആര്യ വൈദ്യശാലയിൽ ഒരു കവി സമ്മേളനം. മല യാളത്തിലെ പ്രമുഖ കവികളെല്ലാമുണ്ട്. 'വിമർശഹാസ്യകവി' എന്ന് ഏതാണ്ടു പേരുറപ്പിച്ചു കഴിഞ്ഞിരുന്ന എനിക്കും കിട്ടി കവിസമ്മേളന ത്തിൽ പങ്കെടുക്കാൻ ക്ഷണം. കോട്ടയ്ക്കൽ നിന്നുള്ള ക്ഷണം വലിയ ഒരു ബഹുമതിയായി കണക്കാക്കി ഞാൻ. ഏതോ വിശേഷാവസരത്തോ ടനുബന്ധിച്ചാണ് സമ്മേളനം. വൻസദസ്സുകാണും. കേവലം സദസ്സല്ല. സഹൃദയസദസ്സ്. ഞാൻ കോട്ടയ്ക്കൽ എന്നുകേട്ടിട്ടേയുള്ളു. പോയിട്ടി ല്ല. വടക്കോട്ടു തന്നേ അപൂർവ്വം കവിസമ്മേളനങ്ങൾക്കേ ഇതിനകം പോയിട്ടുള്ളു. അതിനാൽ എന്റെ പങ്കാളിത്തം ആവുന്നത്ര നന്നാക്കണം. വിമർശഹാസ്യത്തിന്റെ മുഖമുദ്ര തിളങ്ങുന്നതാകണം കവിത. സന്ദർഭോ ചിതവും. നാനാചിന്തകൾ മനസ്സിൽ കളിയാടി.

ഒരു രോഗചികിത്സയാക്കിയാൽ നന്നായിരിക്കുകില്ലേ എന്ന വിചാരം

മനസ്സിലുദിച്ചു. നന്നായിരിക്കും എന്നു നിശ്ചയിച്ചു. രാഷ്ട്രീയരംഗത്തെ നാനാ വിധ ആദർശച്യുതികൾ രോഗമാക്കിയാലോ? ഏൽക്കും, ഒരു ജന കീയ പ്രതിനിധിയാകട്ടെ രോഗി. അനുവാചകർക്കു സമ്മതമാകും വിധം അന്ന് രാഷ്ട്രീയരംഗം ദുഷിച്ചു കഴിഞ്ഞിട്ടുണ്ട്. ചികിത്സിക്കേണ്ടത് ആവ ശ്യമായിരിക്കുന്നു. കോട്ടയ്ക്കലാവുമ്പോൾ ആയുർവ്വേദചികിത്സ തന്നെ യാകുമല്ലോ ഉത്തമം. നാടിന്റെ കാര്യമല്ലേ? അതിനാൽ 'നാട്ടുചികിത്സ' നടത്തിക്കളയാം. അർത്ഥയുക്തമായ പദം. അങ്ങനെ 'നാട്ടുചികിത്സ' എന്ന തലക്കെട്ടോണ് കോട്ടയ്ക്കൽ കവിസമ്മേളനത്തിൽ വായിക്കാനുള്ള കവി തയ്ക്ക് ആദ്യം പിറന്നത്. തല ആദ്യം വന്നാൽ സുഖപ്രസവം എന്നാണ് ധരിച്ചിട്ടുള്ളത്. പിന്നീടുള്ള അനുഭവം അങ്ങനെ തന്നെയായിരുന്നു.

അപ്പോൾ, രോഗി ജനകീയ പ്രതിനിധി. രോഗം രാഷ്ട്രീയ രംഗത്തെ അപചയങ്ങൾ. രോഗി ആയുർവ്വേദ വിദഗ്ദ്ധന്റെ മുന്നിലെത്തി രോഗ വിവരം പറയണം. എങ്ങനെ പറയണം? ജനകീയ കാലം ആൾരൂപത്തിൽ നില്ക്കുകയല്ലേ വൈദ്യന്റെ മുൻപിൽ? കാല്, കണ്ണ്, കൈയ്, നാക്ക്, ത്വക്ക് ഇങ്ങനെ അവയവം തിരിച്ചു രോഗം പറയിക്കുകയാവും സൗകര്യം എന്നു തോന്നി.

ആവശ്യമുള്ളതും ഇല്ലാത്തതും കൂട്ടിക്കുഴച്ചു പറയുന്നതാണല്ലോ രാഷ്ട്രീയക്കാരന്റെ മട്ടുംമാതിരിയും. അതു മനസ്സിൽ വച്ചുകൊണ്ടാണ് സെൽഫ് ഇൻട്രൊഡക്ഷനിൽ രോഗിയെക്കൊണ്ട്, "താങ്കളറിയും, എന്നാലും പറയട്ടെ, ഞാൻ ജനകീയ പ്രതിനിധി" എന്നു വൈദ്യരോടു പറയിക്കുന്നത്. തന്റെ ശരീരത്തിനും മനസ്സിനും ഒട്ടും സുഖമില്ല. രോഗം പറയാം. പ്രതിവിധി കുറിക്കണം എന്ന മുഖവുരയോടെ ജനകീയ പ്രതി നിധി തുടർന്ന് രോഗ വിവരം പറയാൻ തുടങ്ങുന്നു.

ഇനി നാം കോട്ടയ്ക്കൽ കവി സമ്മേളനത്തിലൂടെ നാട്ടു ചികിത്സ മനസ്സിലാക്കുകയാവും രസം. ഞാൻ കോട്ടയ്ക്കലെത്തി. ആയുർവ്വേദാ ചാര്യൻ ഡോ. പി കെ വാര്യരുടെയും സഹപ്രവർത്തകരുടെയും സ്നേഹ ശീതളമായ സ്വീകരണം. മൂക്കുന്നിമലപോലെ മരുന്നുകൾ കൂട്ടിയിട്ടിരി ക്കുന്ന ദൃശ്യങ്ങൾ. സഹകവികളുമായുള്ള കുശലപ്രശ്നങ്ങൾ. വേദിയി ലെത്തിയപ്പോഴോ ആയിരങ്ങൾ നിറഞ്ഞ സദസ്സ്. കവികൾ ഏഴുപേർ അഞ്ചാമതാണ് എന്റെ ഊഴം. ജ്യേഷ്ഠകവികളെല്ലാം സദസ്സ് കീഴടക്കി എന്റെ സമയം വന്നു. ഉള്ളിൽ കരുതിവച്ചിരുന്ന ആമുഖ പ്രഭാഷണം നട ത്തിയശേഷം, കവിതയുടെ ആമുഖ ഭാഗവും അവതരിപ്പിച്ച്, ഞാൻ ജന കീയ പ്രതിനിധിയുടെ രോഗം പറച്ചിലിലേക്കു കടന്നു.

കാലിന്റെ രോഗമാണ് ആദ്യം. നാട്ടിൽ പാലും തേനുമൊഴുക്കുമെന്ന പ്രതിജ്ഞയുമായി നടക്കുന്നവൻ ചെറിയ പ്രലോഭനങ്ങൾക്ക് വശംവദ രായി ആദർശങ്ങൾ ഇട്ടെറിഞ്ഞ് അപഥ സഞ്ചാരം നടത്തുന്നതു രാഷ്ട്രീ യരംഗത്തെ സ്ഥിരം കാഴ്ചയാണല്ലോ അതിനാൽ,

"ഉന്നതലക്ഷ്യം മനസ്സിലുറപ്പിച്ചു
മുന്നേറിടുമ്പോളിടയ്ക്കെന്റെ കാലുകൾ

വല്ല നക്കാപ്പിച്ച കിട്ടുകിലങ്ങോട്ടു
വച്ചു പോകുന്നു വഴിവിട്ടു വൈദ്യരേ!
കാലിന്റെ വല്ലകുഴപ്പമാണോ? കലി–
കാലരോഗങ്ങളിൽ വല്ലതുമാകുമോ?"

എന്നു ഞാൻ വായിച്ചുതീരാനും സദസ്സിലുയർന്ന ഹസ്തതാഡനം
നൂറ്റൊന്ന് ആവർത്തിച്ച ക്ഷീരബലസേവിക്കുന്നതിന്റെ ഉന്മേഷം എന്റെ
ഉള്ളിൽ പകർന്നു. പുറത്തു കാണിക്കാത്ത ഒരു ഭയം ഉള്ളിൽ തിങ്ങിയി
രുന്ന എന്റെ ശ്വാസം നേരേ വീണു. ഇനി സാരമില്ല, പിടിച്ചു നിന്നു
കൊള്ളാം എന്ന ഒരു തന്റേടം മനസ്സിലുയർന്നു.

കണ്ണിന്റെ രോഗമാണ് അടുത്തത്. ജനകീയ പ്രശ്നങ്ങൾ കാണാൻ
ചുറ്റിക്കറങ്ങേണ്ട ജനപ്രതിനിധിയുടെ കണ്ണുകളിൽ സദാ വന്നുപെടു
ന്നത് അധികാരക്കസേരയുടെ വർണ്ണപ്പൊലിമകളാണ്.

"കണ്ണിന്റെ വല്ല കുഴപ്പമാണോ? നല്ലൊ–
രെണ്ണതേച്ചെന്നാൽ കുറയുമോ വൈദ്യരേ?"

എന്നു ഞാൻ, സദസ്സിൽ ഉപവിഷ്ടനായിരുന്ന ഡോ. പി കെ വാര്യ
രുടെ നേരേ മനപ്പൂർവ്വം നോക്കി വായിച്ചപ്പോഴും, ക്ഷീരബലപോലെ
ആവർത്തിച്ചു കൈയ്യടി! ആയുർവ്വേദകേന്ദ്രമായ കോട്ടയ്ക്കൽ ആസ്വദി
ക്കുന്നിടത്തോളം ഈ കവിത മറ്റൊരിടത്തും ആസ്വദിക്കപ്പെടുകയില്ല
എന്നു വേണം പറയാൻ.

നാക്കിന്റെ കുഴപ്പമാണ് മറ്റൊരു രോഗം. വാക്കുകൾക്ക് ഒരു വ്യവ
സ്ഥയുമില്ല. വേണ്ടതു പറയാൻ എഴുന്നേറ്റു നില്ക്കുമ്പോൾ വേണ്ടാത്ത
തൊക്കെയാണ് വായിൽ വരുന്നത്. അതുപോലെ തൊലി മുത്തുമുരടി
ച്ച്, തൊട്ടാലൊന്നും അറിയാത്തമാതിരി കട്ടിയായിരിക്കുന്നു. രാഷ്ട്രീയ
ക്കാരുടെ തൊലിക്കട്ടിയും പ്രസിദ്ധം. തീർത്താൽ തീരാത്തമട്ടിൽ
ആർത്തിയും ദാഹവും!"

അധികമായാൽ അ മൃതും വിഷം. അതിനാൽ അതുമിതും രോഗ
വിവരം പറഞ്ഞു കവിത നീട്ടിക്കൊണ്ടു പോകുന്നതിൽ ഔചിത്യമില്ല.
അതിനൊരു വിദ്യ പ്രയോഗിച്ചു ഞാൻ. നല്ല വൈദ്യന്മാർക്ക് കുറേ രോഗ
വിവരണം കേട്ടാൽ മതി, രോഗമെന്തെന്നു മനസ്സിലാകും. അതിനാൽ വിവ
രണം മതിയെന്നും, രോഗമെന്താണെന്നു പിടി കിട്ടിയെന്നും വൈദ്യർ
സൂചിപ്പിക്കുന്നു. രോഗം അല്പം കടന്നുപോയതു കൊണ്ട് ഉടൻ ശക്ത
മായ ചികിത്സ വേണ്ടിവരും എന്നും പറയുന്നു. വൈദ്യർ ജനകീയ പ്രതി
നിധിക്കു നിശ്ചയിച്ച ചികിത്സ അല്പം കടുപ്പമുള്ളതായിരുന്നു.
എന്തെന്നോ?

"പട്ടിയെ പുട്ടുന്ന തുടലിനെക്കാൾ അല്പംകൂടി കട്ടികൂടിയ തുടൽ
വാങ്ങണം. ബലമുള്ള ഒരു തുണിൽ തന്നെ കെട്ടിയിടാൻ ഭാര്യയോടു
പറയണം. ഗൃഹനാഥൻ വീട് ഇട്ടെറിഞ്ഞു നടക്കുന്നത് ശരിയല്ലല്ലോ. കാല
ത്തും, ഉച്ചകഴിഞ്ഞും ഈരണ്ടു മണിക്കൂർ അഴിച്ചു വിടണം. അപ്പോൾ
ദേഹാദ്ധ്വാനം നടത്തണം. കൃഷിസ്ഥലത്തുപോയി വെട്ടും കിളയും നട

ത്തണം. രാഷ്ട്രീയ ജ്വരം ബാധിച്ചു കുടുംബകാര്യങ്ങൾ അവതാളത്തി ലാക്കി നടക്കുന്ന പ്രവണതയ്ക്കൊരു തിരിച്ചടി ഉണ്ടായേ പറ്റൂ. പുസ്ത കവായനയും രാഷ്ട്രീയക്കാരുടെ ഇടയിൽ കമ്മിയായിരിക്കുന്നു. തുടലിൽ കിടക്കുന്ന സമയം നല്ല നല്ല പുസ്തകങ്ങൾ വായിച്ച് അറിവ് സമ്പാദിക്ക ണം.

കാര്യമില്ലാത്ത കാര്യങ്ങൾ പലതും പറയാൻ പ്രേരണയുണ്ടാകു മ്പോൾ ചെയ്യേണ്ടകാര്യം ഇതാണ്: വായിൽ ഇരട്ടി മധുരത്തിന്റെ കഷണ ങ്ങൾ ഇട്ട് മെല്ലെ ചവച്ചിരിക്കണം. ആഹാരത്തിലും പഥ്യമുണ്ട്. ഇന്ത്യ ഒരു ദരിദ്ര രാജ്യം. മൂന്നു നേരവും മൂക്കുമുട്ടെ തിന്നിരിക്കാൻ വശമില്ല. അതുകൊണ്ട് രണ്ടു നേരം കഞ്ഞിമതി. തീരെ ദരിദ്രരാജ്യമല്ലാത്തതിനാൽ ഒരു നേരം ചോറുണ്ണാം. ഇതാണ് ആഹാര നിയന്ത്രണം വൈദ്യർ നിർദ്ദേ ശിക്കുന്നത്.

കവിത അവസാനിപ്പിക്കണമല്ലോ. അതിനും ആയുർവ്വേദവൈദ്യൻ വിധി കല്പിക്കുന്നു:

"അഞ്ചു കൊല്ലം നിങ്ങളീ വിധി നോക്കിയി–
ട്ടെന്തോ വിശേഷമെന്നന്നു പറയുക."

അഞ്ചു കൊല്ലം കൂടുമ്പോൾ തിരഞ്ഞെടുപ്പു നടത്തണം എന്നു സൂച ന. ഇങ്ങനെ കവിത പര്യവസാനിപ്പിക്കുമ്പോൾ കോട്ടയ്ക്കലിലെ മാന്യ ശ്രോതാക്കൾ ഹൃദയപൂർവ്വം നാട്ടുചികിത്സ അംഗീകരിച്ച് ദീർഘമായ ഹസ്തതാഡനം മുഴക്കിയത് എന്റെ കാവ്യജീവിതത്തിലെ അവിസ്മര ണീയ സംഭവമാണ്.

(നാട്ടുചികിത്സ. 1979 ആഗസ്ത് 7)

മലയാറ്റൂർ കവിത എഴുതിച്ചു

ഹാസ്യ ബോധത്തിന്റെ കൈമുതൽ മലയാറ്റൂർ രാമകൃഷ്ണന്റെ പക്കൽ ധാരാളമുണ്ടായിരുന്നു. അദ്ദേഹത്തിന്റെ രചനകളിൽ അഭിജാത മായ ഹാസ്യം നന്നായി ഇണക്കിച്ചേർത്തിട്ടുണ്ട്. ശ്രദ്ധേയനായ ഒരു കാർട്ടൂ ണിസ്റ്റും ആയിരുന്നു മലയാറ്റൂർ. വിമർശ ഹാസ്യം ഭാവാത്മകതയുടെ കൂട്ടുപിടിച്ച് വരകളിലൂടെ വന്നെത്തുന്നതാണല്ലോ കാർട്ടൂണുകൾ. വേരു കൾ മുതൽ മലയാറ്റൂരിന്റെ ആരാധകനായ ഒരു വായനക്കാരനായിരുന്നു ഞാനെങ്കിലും, ഹാസ്യബോധമാണ് എന്റെ കവിതകളുടെ ആകർഷണ ഘടകമെങ്കിലും മലയാറ്റൂരുമായി ബന്ധപ്പെടുവാൻ ഞാൻ ഉത്സാഹിച്ചി രുന്നില്ല. ധാർഷ്ട്യം നിറഞ്ഞ ഒരു ഉന്നതോദ്യോഗസ്ഥനാണ് മലയാറ്റൂർ എന്ന് ഒരു ധാരണ സെക്രട്ടേറിയറ്റിന്റെ ഉപശാലാ വൃത്തങ്ങളിൽ പടർന്നി രുന്നതാണ് അതിനു കാരണം. അദ്ദേഹം അദ്ദേഹത്തിന്റെ അധികാരഗമ യുടെ വഴിക്കു പൊയ്ക്കൊള്ളട്ടെ എന്നതായിരുന്നു എന്റെ വിചാരം.

1985 ഏപ്രിൽ 2 ന് തിരുവനന്തപുരത്ത് നർമ്മകൈരളി എന്ന ഒരു സംഘടനയ്ക്കു രൂപം കൊടുത്തു. പ്രൊഫ. ആനന്ദക്കുട്ടൻ പ്രസിഡന്റും സുകുമാർ സെക്രട്ടറിയുമായി ആരംഭിച്ച ആ സംഘടനയുടെ ഒരു മുൻനിര പ്രവർത്തകനായിരുന്നു ഞാൻ. 1985 ഫെബ്രുവരിയിൽ ഹൈദരാബാദിൽ നടന്ന ഹാസ്യസാഹിത്യസമ്മേളനത്തിൽ മലയാളത്തിൽ നിന്നും പ്രമുഖ ഹാസ്യസാഹിത്യകാരന്മാർ എല്ലാവരും തന്നെ പങ്കെടുത്തിരുന്നു. അതിൽ നിന്നും പ്രചോദം ഉൾക്കൊണ്ടാണ് നർമ്മകൈരളിയുടെ രൂപവല്ക്കരണം. ഹാസ്യസാഹിത്യരചനകൾ നടത്തുന്ന ജെ ലളിതാംബിക ഐ എ എസിന്റെ സതീർത്ഥ്യനായ നരേന്ദ്രലൂഥർ ഐ എ എസ് ആയിരുന്നു ഹൈദരാബാദ് സമ്മേളനത്തിന്റെ മുഖ്യസംഘാടകൻ. ആ വഴിക്കാണ് ലളിതാംബികയോടൊപ്പം പ്രൊഫ. ആനന്ദകുട്ടൻ, പി സുബ്ബയ്യാപിള്ള,

സുകുമാർ, വേളൂർ കൃഷ്ണൻ കുട്ടി, വി കെ എൻ, ചെമ്മനം എന്നിവർ ഹൈദ്രബാദ് സമ്മേളനത്തിനെത്തിയത്. ഇവരെ കൂടാതെ നാഗവള്ളി ആർ എസ് കുറുപ്പ്, കെ ജി സേതുനാഥ്, ശ്യാമളാലയം കൃഷ്ണൻ നായർ, ഗൗരീശപട്ടം ശങ്കരൻ നായർ, ജഗതി എൻ കെ ആചാരി തുടങ്ങി തിരുവ നന്തപുരത്തും പരിസര പ്രദേശങ്ങളിലും ഹാസ്യസാഹിത്യത്തിനു സംഭാ വന ചെയ്യുന്നവരെല്ലാം 'നർമ്മകൈരളി'യുടെ സജീവ പ്രവർത്തകരായി.

നന്നായി ഹാസ്യരചന നിർവ്വഹിക്കുന്ന ഐ എ എസ് ഉദ്യോഗസ്ഥ രായ സി പി നായർ, മലയാറ്റൂർ രാമകൃഷ്ണൻ എന്നിവർ ഒരു വരേണ്യ വർഗ്ഗമെന്ന ഭാവത്തിൽ 'നർമ്മകൈരളിയോട്' അടുക്കാതെ നിന്നിരുന്നു. ഇതൊരു തെറ്റിദ്ധാരണയായിരുന്നു എന്ന് അവരോടിടപഴകിയപ്പോഴാണ് ബോദ്ധ്യമായത്. 'നർമ്മകൈരളി'യുടെ വളർച്ചക്ക് സഹകരിക്കണമെന്ന അപേക്ഷയുമായാണ് ഞാൻ ആദ്യമായി മലയാറ്റൂരിനെ കാണുന്നത്. അത് ദൃഢതരമായ ഒരു സ്നേഹബന്ധമായിത്തീർന്നു. നർമ്മകൈരളിയുടെ പരി പാടികളിൽ മലയാറ്റൂർ ഇടയ്ക്കിടയ്ക്കു പങ്കെടുക്കുകയും രണ്ടുകൊല്ലം നർമ്മകൈരളിയുടെ പ്രസിഡന്റ് പദം അലങ്കരിക്കുകയും ചെയ്തു.

പല ദിവസവും, കൂടെക്കൂടെ, മലയാറ്റൂർ എന്നെ ഫോണിൽ വിളി ക്കുമായിരുന്നു. മലയാറ്റൂർ, 'മദിരോത്സവം' ആഘോഷിക്കുന്ന അവസര ത്തിലായിരിക്കും അധികവും എന്നുമാത്രം. ഇന്നതെന്നില്ല. ഇന്നപ്പോഴെ ന്നില്ല വിളിയും സംസാരവും. ഞാനും ഒട്ടും മോശമാക്കിയിരുന്നില്ല. ധിഷ ണാവൈഭവമുള്ള നാടൻ പേച്ചുകൾക്കിടയിൽ പച്ചത്തെറിയും ഒളിച്ചെ ത്തുമായിരുന്നു. ഈ മനുഷ്യനാണല്ലോ അഹങ്കാരി എന്നു മുദ്രയടിക്ക പ്പെട്ടത്? അത് ഔദ്യോഗികരംഗത്തെ ശീലായ്മകൾക്കെതിരേയുള്ള, ബുദ്ധിമാനായ ഒരു മേലുദ്യോഗസ്ഥന്റെ തന്ത്രപരമായ ചില വേലത്തര ങ്ങൾ മാത്രമായിരുന്നു എന്നതാണ് സത്യം. 1985–86 കളിൽ മലയാറ്റൂരു മായി എനിക്കുണ്ടായിരുന്ന ഗാഢമായ ഹൃദയബന്ധത്തിന്റെ കഥ തൽക്കാലം ഇവിടെ നിൽക്കട്ടെ.

മാർപ്പാപ്പയുടെ ഭാരതസന്ദർശനം 1986 ഫെബ്രുവരിയിൽ നടന്ന ഒരു വലിയ സംഭവമായിരുന്നു. വിശുദ്ധതോമസ് സ്ലീഹാ മതപ്രചാരണം നട ത്തിയെന്നു വിശ്വസിക്കപ്പെടുന്ന കേരളത്തിൽ വരണമെന്ന് അദ്ദേഹം അഗ്ര ഹിച്ചു. താൻ സന്ദർശിക്കുന്ന പ്രദേശത്ത് കാലുകുത്തുമ്പോൾ ഭൂമിയെ ചുംബിക്കുക എന്നത് പോപ്പ് പാലിച്ചു പോന്ന ഒരു ആചാരമാണ്. കോട്ടയം നാഗമ്പടം മൈതാനത്തിന്റെ തെക്കു കിഴക്കരികിൽ ഒരിടം പോപ്പിന്റെ ഭൂമി ചുംബനത്തിന് ഒരുക്കി. അനേകായിരങ്ങൾ കർശന നിയന്ത്രണവി ധേയരായി രംഗത്തിനു സാക്ഷ്യം വഹിക്കാൻ മൈതാനത്തു തടിച്ചുകു ടി.

ഇതിനിടെ കേരളത്തിൽ സംഭവിച്ച ഒരു സർക്കാരു കാര്യം പറയാൻ മറന്നു. എം പി ഗംഗാധരൻ എന്ന ഒരാളായിരുന്നു അന്നു ജലസേചന മന്ത്രി. ജലവിതരണം കാര്യക്ഷമമാക്കാൻ മന്ത്രി ഗംഗാധരൻ കുറേ പൈപ്പു കൾ വാങ്ങാൻ ഓർഡർ നൽകി. ഓർഡർ ലഭിച്ച കമ്പനി എത്രയും വലിയ

കമ്മീഷൻ ഓഫർ ചെയ്തു. താല്ക്കാലികാവശ്യത്തിനു മാത്രമല്ല, ഇരുപതാം നൂറ്റാണ്ടിൽ ശേഷിക്കുന്ന പതിനഞ്ചു കൊല്ലത്തേയ്ക്കു വേണ്ടി വരുന്ന പൈപ്പുകൾക്കു തന്നെ, കമ്മീഷൻ പ്രലോഭനം ബാധിച്ച മന്ത്രി ഓർഡർ നല്കി. അത്യുത്സാഹത്തിൽ കമ്പനി പൈപ്പുകൾ നിർമ്മിച്ചു നല്കാനും തുടങ്ങി. കേരളത്തിലെ റോഡുകളിലെങ്ങും, ഇടറോഡുക ളിലും മുക്കിലും മൂലയിലും പൈപ്പുകൾ നിരന്നു, പൈപ്പു വാങ്ങൽ അഴി മതിയിലെ പരസ്യത്തൊണ്ടികൾ പോലെ! മന്ത്രിയുടെ ബുദ്ധി മറ്റൊരു വഴിക്കു പ്രവർത്തിച്ചു. ജലസേചന പരിപാടിക്കെന്നമട്ടിൽ വഴിവക്കായ വഴിവക്കിലെല്ലാം തടമെടുത്തു പൈപ്പുകൾ കുഴിച്ചു മൂടി. അതു മറ്റൊരു അഴിമതിക്കഥയായി നാട്ടിൽ കറങ്ങിയടിച്ചു. ഭൂമിക്കടിയിൽ മുഴുവൻ വെറും പൈപ്പ്. ഇത് 1985 കാലത്തെ കേരളഗംഗാധരമണിപ്രവാളം വാതിൽ തുറ പ്പാട്ട്!

ഭാരതഭരണകുടവും, കേരള സർക്കാരും നിയമപാലകരും, നാനാ ജാതി ജനസഹസ്രവും കണ്ണടയ്ക്കാൻ മറന്നു നിന്ന വ്യവസ്ഥാപിത സമ യത്തുതന്നെ, ആദ്യം ഹെലികോപ്റ്ററിലും തുടർന്നു കാറിലും സഞ്ചരി ച്ചെത്തിയ മാർപ്പാപ്പ നാഗമ്പടത്തിലെ നിശ്ചിത സ്ഥലത്ത് കേരള മണ്ണിൽ കാലുകുത്തുകയും, സാഷ്ടാംഗം വീണു ഭൂമിയെ ചുംബിക്കുകയും ചെയ്തു. അങ്ങനെ നാളുകളായി കേരള ജനത നോക്കിപ്പാർത്തു പോന്ന സംഭവം മംഗളകരമായി പര്യവസാനിച്ചു.

ഈ പശ്ചാത്തലവിതരണത്തോടെ 'കേരളമണ്ണിൽ' എന്ന എന്റെ കവി തയുടെ ജനന ചരിത്രം വ്യക്തമാക്കുവാൻ ഞാൻ ഒരുങ്ങുന്നു. പോപ്പു വന്ന് നാഗമ്പടം മൈതാനത്തിന്റെ ഓരത്തു തയ്യാറാക്കിയ സ്ഥലത്തു ഭൂമിക്കു മുത്തമിട്ട സംഭവം നടന്ന ദിവസം. സംഭവമെല്ലാം കഴിഞ്ഞ് വാർത്തകൾ മാധ്യമലോകത്തു അലയടിക്കുന്ന ദിവസം. അങ്ങനെ ആ പകൽ നീങ്ങി. സന്ധ്യാവാർത്തകളിലും പോപ്പിന്റെ ഭൂമി ചുംബനം മുന്തി നിന്നു. ചുരുക്കത്തിൽ ചരിത്രപ്രസിദ്ധമായ ഒരു ദിവസം കെട്ടടങ്ങുന്നു. അത്താഴം കഴിഞ്ഞ് സാഹിത്യ പ്രവർത്തനങ്ങളുമായി നീങ്ങിയ ഞാൻ രാത്രി 11 മണിയോടെ ഉറങ്ങാൻ കിടക്കുന്നതിനുള്ള ഒരുക്കത്തിലാണ്. തിരുവനന്തപുരം വഴുതക്കാട് ചെമ്മനം വീടിന്റെ ഒന്നാം നിലയിലാണു കിടപ്പ്. എന്റെ ലാൻഡ് ഫോൺ ശക്തിയായി അടിക്കുവാൻ തുടങ്ങി. തെല്ലൊരാശങ്കയോടെ ഞാൻ ചെന്നു ഫോണെടുത്തു. ആശങ്കയ്ക്ക് ഒരാ വശ്യവുമില്ല. അങ്ങേത്തലയ്ക്കൽ മലയാറ്റൂർ രാമകൃഷ്ണന്റെ കുഴഞ്ഞ ശബ്ദമാണ്. ഇതിലും നേരം പോയ നേരത്തും മലയാറ്റൂർ മദ്യം മതിമ ധുരം വിളമ്പുന്ന നേരത്ത് എന്നെ വിളിച്ചിട്ടുണ്ട്.

"സത്യ ക്രിസ്ത്യാനി ചെമ്മനമാണോ?" ചോദ്യം.

"ആണേ." ഞാൻ പറഞ്ഞു.

"തന്റെ പോപ്പ് നാഗമ്പടത്തു വന്നു ഭൂമിയിൽ മുത്തമിട്ടപ്പോൾ എന്തു സംഭവിച്ചു?" ചോദ്യം.

"കല്ലുകൾ 'ഹല്ലേല്ലുയ്യാ, ദൈവത്തിനു സ്തോത്രം' എന്ന് ആർത്തു

വിളിച്ചു." ഞാൻ പറഞ്ഞു.

ടെലഫോണും നടുങ്ങിപ്പോകുന്ന ഒരു പച്ചത്തെറിയായിരുന്നു, പരം തീർന്ന പച്ചത്തെറിയായിരുന്നു, തുടർന്നു ഞാൻ കേട്ടത്. മലയാറ്റൂരിന്റെ അത്യുഗ്രശകാരം പിന്നാലേ വന്നു: "മലയാളത്തിൽ സറ്റയർ എഴുതുന്ന ഏക കവിയോടാണു ഞാൻ ചോദിച്ചത്. അല്ലാതെ കപ്യാരോടല്ല കേരള ത്തിലെ മണ്ണിൽ പോപ്പ് മുത്തമിട്ടപ്പോൾ, മന്ത്രിഗംഗാധരന്റെ പൈപ്പുകൾ പോപ്പിന്റെ വായിലേയ്ക്കു തള്ളിക്കയറി ചുണ്ടുകൾ മുറിഞ്ഞ് രക്തപ്രള യം. എഴുതിക്കോ!" ഠപ്പെന്നു മലയാറ്റൂർ ഫോൺ താഴെവച്ചു.

ആദരവാർന്നു ജനം നോക്കിനില്ക്കുമ്പോൾ വിശുദ്ധ തോമസിന്റെ പാദം പതിഞ്ഞ് പണ്ടേ പവിത്രമായ കേരളത്തിന്റെ മണ്ണിൽ സർവ്വാരാ ദ്ധ്യനായ മാർപ്പാപ്പ ആമോദപൂർവ്വം ചുംബിക്കുന്നു എന്ന ആശയം അപ്പോൾത്തന്നെ പേനയിൽ നിന്നും വാർന്നു വീണു.

"ക്ഷിപ്രമാഞ്ഞെഴുന്നേല്പ്പു പാപ്പ, തൻവായിൽഭൂമി–
ഗർത്തത്തിൽ നിന്നും തള്ളിക്കേറിപൈപ്പുകളെന്നോ?"
ആടുകൾക്ക് ആശിർവാദം ചൊരിയുന്ന ചുണ്ടിലെ രക്തം തുത്തു കൊണ്ടു സമാധാനദൂതൻ പറയുന്നു:

"ഗംഗയെപ്പറ്റിപ്പണ്ടേ കേട്ടുഞാ, നിപ്പോൾ മാത്രം
തുംഗമാംഗംഗാധര കാരുണ്യമറിയുന്നു!"
എന്നാണ് ഭാരതസന്ദർശനവേളയിൽ ഗംഗാജലത്തിൽ കുളിക്കണ മെന്ന് അഭിലാഷം പ്രകടിപ്പിച്ചിട്ടുള്ള പാപ്പ പറയുന്നത്.

മുഖ്യമന്ത്രിയും ജലസേചന മന്ത്രിയും ഓടിയെത്തി, "രാജ്യത്തെ ഇരു പത്തൊന്നാം നൂറ്റാണ്ടിനുതകുമാറ് ഒരുക്കണ"മെന്ന ഇന്ത്യൻ പ്രധാനമ ന്ത്രിയുടെ ആഹ്വാനം പാലിച്ചതാണ് തങ്ങൾ എന്നുപറഞ്ഞ് നിലപാട് സാധൂകരിക്കുന്നു.

കവിത പ്രസിദ്ധീകരിച്ചു വന്നപ്പോൾ മലയാറ്റൂർ തന്നെ ആവുന്നത്ര പ്രചാരം നല്കി 'കേരളമണ്ണിൽ' എന്ന കവിതയ്ക്ക്.

(കേരളമണ്ണിൽ– 1986 ഫെബ്രുവരി 4)

ശനിയാഴ്ച പൂരം

രാഷ്ട്രീയവും വിദ്യാഭ്യാസവും തമ്മിൽ നാട്ടിലുള്ള നിലവാരപ്പൊ
രുത്തക്കേട് വിമർശവിധേയമാക്കുവാൻ ഞാൻ എഴുതിയ കവിതയാണ്
'സാറ്റർഡേ.' പഠനത്തിൽ ജാഗ്രത പാലിച്ച് ക്ലാസും റാങ്കും നേടി ജയി
ക്കുന്നവർ ഉദ്യോഗങ്ങളിൽ പ്രവേശിച്ച് നിയമാനുസൃതം പടിപടിയായി
ഉയർച്ച നേടുന്നു. പഠനം വെറും ഹാജർ ഒപ്പിക്കൽ കൃത്യമാക്കി, ഏതെ
ങ്കിലും രാഷ്ട്രീയ പാർട്ടിയുടെ വാലായി, പഠിപ്പുമുടക്കും വാചകക്ക
സർത്തും മുട്ടാളത്തരവുമായി നടക്കുന്നവർ, രാഷ്ട്രീയപ്പാർട്ടികളുടെ ട്രപ്പീ
സുകളിയിലൂടെ ഉദ്യോഗസ്ഥമേധാവികളുടെയും മുകളിൽ മന്ത്രിമാരായി
അധികാരപദവിയിലെത്തുന്നു. വിദ്യാഭ്യാസം കളഞ്ഞു കുളിച്ചു നടന്ന
ഇത്തരക്കാർ, ഇംഗ്ലീഷ് ഭരണഭാഷയായ രാജ്യത്ത് ദയനീയ ചിത്രങ്ങളായി
പ്രത്യക്ഷപ്പെടുന്നതു കണ്ട് ഭരണീയരായ ബഹുജനങ്ങളുടെ തോലുരി
ഞ്ഞിട്ടുണ്ട്. ഭാഷാപരമായ പ്രാവീണ്യവും കാര്യവിവരവുമുള്ള ഉദ്യോഗ
സ്ഥരെ സെക്രട്ടറിമാരാക്കിവച്ചാണ് ഒട്ടുമുക്കാലും മന്ത്രിമാർ തടി തപ്പു
ന്നത്.

സാധാരണ പദങ്ങളുടെ സ്പെല്ലിങ് പോലും അറിയാത്ത ഒരു മന്ത്രി
യും, സമർത്ഥനായ ഒരു പേഴ്സണൽ സെക്രട്ടറിയും കഥാപാത്രങ്ങളായി
മനസ്സിൽ വന്നു. പുറത്തെ മുറിയിലിരുന്ന്, അകത്തെ മുറിയിൽ നടക്കുന്ന
അവരുടെ സംഭാഷണം കേൾക്കുന്ന നിയമവകുപ്പു സെക്രട്ടറിയായി
ഞാനും കഥാപാത്രമാകുന്നു. മന്ത്രിയുടെ അജ്ഞതവെളിവാക്കുമ്പോൾ
അദ്ദേഹം സ്പെല്ലിങ്ങുതെറ്റിക്കുന്ന ഒരു സാധാരണ വാക്കുവേണം. അതെ
ന്തായിരിക്കണം? അപ്പോഴാണ് പ്രിപ്പാറട്ടറി ക്ലാസ്സിൽ സ്പെല്ലിങ്ങുതെറ്റി
ച്ചതിന് എനിക്കു നൂറുപ്രാവശ്യം ഇംപോസിഷൻ എഴുതേണ്ടി വന്നു,
'സാറ്റർഡേ' (Saturday) എന്ന പദം മുന്നിലേയ്ക്കു വന്നത്.

തിരഞ്ഞെടുപ്പു നാടകം കഴിഞ്ഞാൽ, ഹിന്ദുക്കളിൽത്തന്നെ നായർ, ഈഴവൻ, ദളിതർ, ക്രിസ്ത്യാനികളിൽ ആർ സി, മാർത്തോമ, ബാവാക്ക ക്ഷി, മെത്രാൻ കക്ഷി–എല്ലാമൊപ്പിച്ച് ഒരു മന്ത്രിസഭയുണ്ടാക്കാൻ ദിവ സങ്ങളല്ല, മാസം തന്നെ എടുക്കുന്ന സന്ദർഭങ്ങളുണ്ട്. തികഞ്ഞ അലസ തയാണ് ഭരണരംഗത്ത് ഈ സമയത്ത്. ഉദ്യോഗസ്ഥന്മാർ മന്ത്രിവന്നിട്ടു കാര്യങ്ങൾ നടത്താം എന്ന ചിന്തയിൽ സ്വന്തം തലയിൽ ബാദ്ധ്യത വരാ തെനോക്കാനാണ് ഇഷ്ടപ്പെടുക.

കവിതയിൽ പലപ്പോഴും ഞാൻ എന്നെത്തന്നെ ഏതെങ്കിലും കഥാ പാത്രത്തിന്റെ സ്ഥാനത്തു പ്രതിഷ്ഠിക്കാറുണ്ട്. വായനക്കാർക്കു കൂടുതൽ വിശ്വാസ്യത തോന്നുമെന്നതാണ് അതുകൊണ്ടള്ള ഒരു പ്രയോജനം. ഈ കവിതയിൽ നിയമവകുപ്പ് സെക്രട്ടറിയുടെ റോളിലാണു ഞാൻ. സുപ്ര ധാനമായ പല തീരുമാനങ്ങളും എടുക്കേണ്ടകാര്യങ്ങളുണ്ട്. വകുപ്പു മന്ത്രി ഉണ്ടായിട്ടുമതി തീരുമാനമെല്ലാം എന്ന നിലപാടിൽ ശമ്പളപ്പണി ചെയ്യുന്ന ഒരു സീനിയർ ഉദ്യോഗസ്ഥൻ തന്നെ നമ്മുടെ നിയമവകുപ്പു സെക്രട്ടറി.

ഇങ്ങനെ പല കാര്യങ്ങൾ മനസ്സിൽ കിടന്നുകളിക്കുന്നു. എവിടെ തുടങ്ങണം? എങ്ങനെ തുടങ്ങണം? ഈ ആലോചന മറ്റു ജോലികൾക്കിട യിലും മനസ്സിൽ അങ്ങനെ കിടക്കും. ചിലപ്പോൾ പെട്ടെന്നായിരിക്കും തുടക്കം തോന്നുക. നീണ്ട ഒരു ഇടവേളയ്ക്കു ശേഷം മന്ത്രിയുണ്ടായ കാര്യം പറഞ്ഞു തുടങ്ങാമെന്നുവച്ചു. അത് ഇങ്ങനെ രൂപം കൊണ്ടു:

"കാത്തു കാത്തിരുന്നന്ത്യം മന്ത്രിയുണ്ടായീ, ഫയൽ
പുത്തുകെട്ടിരിക്കുന്നതൊക്കെയും തീർത്തീടേണം."

എത്ര കാത്തിരുന്നിട്ടാണെങ്കിലും ഇന്നു മന്ത്രിയെ കണ്ടേ തീരൂ. നിയ മവകുപ്പിൽ അത്രപ്രധാനമായ കുറേ കാര്യങ്ങളാണ് തീരുമാനം കാത്തു കിടക്കുന്നത്. ഇന്നെങ്കിലും ഉത്തരവുനല്കിയില്ലെങ്കിൽ പല കാര്യങ്ങളും കുഴങ്ങും. മന്ത്രി ഓഫീസിലേക്കിന്നു വരവില്ലെന്നു സൂചന കിട്ടിയതിനാൽ നിയമവിഭാഗം സെക്രട്ടറിയായ ഞാൻ ഫയലുമായി മന്ത്രിമന്ദിരത്തിലേക്കു ചെല്ലുകയായിരുന്നു.

മന്ത്രിമന്ദിരത്തിൽ പെരുന്നാൾപോലെ ആൾക്കൂട്ടമാണ്. ബന്ധുക്ക ളും, പാർട്ടിക്കാരും, കാലു പിടുത്തക്കാരും നേരം വെള്ളകീറിയപ്പോഴെ എത്തിയിരിക്കുന്ന വിവരം തുടർന്നു ചിത്രീകരിച്ചു. അങ്ങോട്ടാണ് നിയമ വകുപ്പുസെക്രട്ടറി അർജന്റ് ഫയലുമായി എത്തുന്നത്. സെക്രട്ടറിക്ക് ആളോഹരി ബഹുമാനം കിട്ടുകതന്നെ ചെയ്തു. മന്ത്രി പി എ യുമൊക്ക് അകത്തെ മുറിയിലാണ്. എന്നോട് അടുത്തുള്ള മുറിയിൽ അല്പനേരം കാത്തിരിക്കുവാൻ കല്പന വന്നു. സെക്രട്ടറി അടുത്ത മുറിയിൽ കാത്തി രുന്നു. തൊട്ടടുത്ത അകത്തെ മുറിയിൽ മന്ത്രിയും പി എ യും പറ യുന്നതെന്തും കേൾക്കാവുന്നതേയുള്ളൂ. അങ്ങനെ തെറ്റില്ലാതെ കവിത യിൽ അവസരമൊരുക്കുന്നു. പ്രഗത്ഭനായ നിയമവകുപ്പു സെക്രട്ടറി, മന്ത്രി എഴുതിവച്ച ഇംഗ്ലീഷ്, പേഴ്സണൽ അസിസ്റ്റന്റു തിരുത്തുന്ന കാര്യം അടുത്ത മുറിയിലായിരുന്നു ശ്രദ്ധിക്കുകയാണ്:

"ഐ' കഴിഞ്ഞ് ഈസ് അല്ലെടോ മന്ത്രി പുംഗവാ, യെന്റെ
കൈകഴയ്ക്കുന്നു തന്റെയാംഗലം തിരുത്തുമ്പോൾ"

അടുത്ത ഈരടിയോടെ സർക്കാർ ഭാഷാനിലവാരത്തിന്റെ ഉള്ളു
കള്ളി പൂർണ്ണമായും വ്യക്തമാകും.

"അളിയാ, നിന്നെപ്പിന്നെ പി എ ആയ് വച്ചിട്ടുള്ള
തിതുപോൽ വരും തെറ്റുതിരുത്തിത്തരാനല്ലേ?"

തുടർന്നാണു 'സാറ്റർഡേ' വരുന്നത്.

"എസ് എ റ്റി എ ആർ അല്ല സാറ്റർഡേ, യെടോ മന്ത്രീ,
എസ് എ റ്റി യു ആർ എന്നു തിരുത്തിക്കുറിക്കേണം."

"എന്തൊരു നാശം! മാതൃഭാഷയിൽത്തന്നേവേണം വിദ്യാഭ്യാസവും,
സർക്കാരു കാര്യങ്ങളും" എന്നു പറയുന്നതോടെ മന്ത്രിയുടെ മാതൃഭാ
ഷാവൈദഗ്ദ്ധ്യവും വ്യക്തമാകുന്നു. തെല്ലൊരതിശയോക്തിയുണ്ടെങ്കിലും,
വിദ്യാഭ്യാസം കളഞ്ഞുകുളിക്കുന്നവർ ഭരണാധികളായി തലപ്പത്തു വരുന്ന
രാഷ്ട്രീയ വിപത്തു ചിത്രീകരിക്കുവാൻ ഇത്രയും കൊണ്ടു കഴിഞ്ഞു.

ഒരു സാറ്ററിക്കൽ പര്യവസാനം കൊടുത്തു കവിതയ്ക്കു പൂർണ്ണത
നല്കണം. അതാണ് കവിതയുടെ അടുത്ത അവസാനഖണ്ഡത്തിന്റെ
ലക്ഷ്യം. മണിക്കുറുകൾ കാത്തിരുന്നപ്പോൾ മന്ത്രി നിയമവകുപ്പു സെക്ര
ട്ടറിയെ വിളിച്ചു. നിന്നനില്പിനു തന്നെ മന്ത്രി പറയുകയായി: "നാട്ടി
ലേയ്ക്കു എനിക്കൊന്നു പോകണം. സമയം അതിക്രമിച്ചിരിക്കുന്നു.
അവിടെ ഇന്ന് എനിക്കൊരു സ്വീകരണമുണ്ട്. നാളെ രാവിലെ ഡൽഹി
യിലെ കോൺഫറൻസിനു പറക്കണം. ആ വഴി സിംലയിലൊരു സെമി
നാറിനും എത്തണം. മടക്കത്തിൽ പാറ്റനയിൽ ഒന്നിറങ്ങണം. എന്റെ
ചേട്ടൻ അവിടെയുണ്ട്. മന്ത്രിയായതിൽപ്പിന്നെ കണ്ടില്ല. അതും സാധിച്ച്
ഞാൻ സാറ്റർഡേ തിരിച്ചെത്തും. എന്നിട്ടു ഫയൽ നോക്കാം." ഇതൊക്കെ
സഹിക്കാമായിരുന്നു. അവസാനം മന്ത്രിയുടെ ക്ഷമാപണം." സോറി ദാറ്റ്
ഐ ഈസ് നോട്ട് ഏബിൾടു."

സെക്രട്ടറി ചിരിക്കാതെന്തു ചെയ്യും? ചിരിച്ചാൽ മന്ത്രിയെ ഊശയാ
ക്കുന്നതായി വരും. അവിടെ എനിക്കൊരു തന്ത്രം തോന്നി. ചിരി മന്ത്രി
കാണാതിരിക്കാൻ മനപ്പൂർവ്വം കൈയിലിരുന്ന കാറിന്റെ താക്കോൽ താഴെ
യ്ക്കിട്ടിട്ട് എടുക്കാൻ കുനിഞ്ഞു. ആ തക്കത്തിൽ കവിത അവസാനിപ്പി
ച്ചു. കവിതയുടെ നൈസർഗ്ഗികമായ ഒരു പര്യവസാനത്തിനു രണ്ടു ദിവസം
ആലോചിച്ചു നടന്നു. അപ്രതീക്ഷിതമായാണ് താക്കോൽ വിദ്യതോന്നി
യത്. നല്ല ഒരു പരിണാമം തന്നെ.

(സാറ്റർഡേ– 1970 ഒക്ടോബർ 6)

ആർക്കുണ്ട് നഷ്ടം?

പൊതുരംഗങ്ങളിൽ പ്രവർത്തിക്കുന്നവരുടെ സ്വഭാവ ശുദ്ധിക്ക് ജന സാമാന്യത്തിനു മേലുള്ള സ്വാധീനശക്തി വളരെ വലുതാണ്. ജനസഞ്ച യത്തിലേക്ക് അത് അവരറിയാതെ തന്നെ പ്രസരിക്കും. വിശേഷിച്ചും യുവ നങ്ങളുടെ ചിന്താസരണിയെ വാർത്തെടുക്കുന്നത് പൊതുരംഗത്തെ നേതാ ക്കളുടെ മാതൃകകളാണ്. രാഷ്ട്രീയ നേതാക്കളുടെയും മതനേതാക്കളു ടെയും സ്വഭാവശുദ്ധി അതിനാൽ പരമപ്രധാനമാണ്. അപാരമായ കഴി വുള്ളവർ സ്വഭാവശുദ്ധിയില്ലായ്കയാൽ രാഷ്ട്രീയരംഗത്ത് അധഃപതനം വിതച്ചിട്ടുണ്ട്. സ്വഭാവശുദ്ധിയുണ്ട്, കർമ്മശേഷിയില്ലെങ്കിലും കാര്യമില്ല. സ്വഭാവശുദ്ധിയുടെയും കർമ്മശേഷിയുടെയും ഒത്തിരിപ്പാണ് ജനനേതാ ക്കൾക്ക് ആവശ്യം എന്നു ചുരുക്കം.

കേരളരാഷ്ട്രീയ രംഗത്ത് ഇരുപതാം നൂറ്റാണ്ടിന്റെ ഉത്തരാർദ്ധത്തിൽ തിളങ്ങി നിന്ന ഒരു നേതാവാണ് കെ കരുണാകരൻ. കർമ്മശേഷികൊണ്ട് അനുഗൃഹീതനായിരുന്നു അദ്ദേഹം. നെടുമ്പാശ്ശേരി വിമാനത്താവളം, കൊച്ചിയിലെ ജവഹർലാൽ നെഹ്റു സ്റ്റേഡിയം എന്നിങ്ങനെ അദ്ദേഹ ത്തിന്റെ ഭരണകാലത്തു നടന്ന ഒട്ടേറെ നേട്ടങ്ങൾ ചൂണ്ടിക്കാട്ടാനുണ്ട്. അതേസമയം ന്യായാന്യായം വിലയിരുത്താതെ പലർക്കുവേണ്ടിയും പല കാര്യങ്ങളും ചെയ്തുകൊടുക്കുന്നതിന് ഒരു മടിയും ഉണ്ടായിരുന്നില്ല അദ്ദേ ഹത്തിന്. ഒരിക്കൽ പറഞ്ഞവാക്കു മാറ്റിപ്പറയുന്നതിനോ വളച്ചൊടിച്ചു വ്യാഖ്യാനിച്ചു സാധൂകരിക്കുന്നതിനോ ഒരു മനസ്സാക്ഷിക്കുത്തും അനു ഭവിച്ചിരുന്നില്ല അദ്ദേഹം. മക്കൾക്കു വേണ്ടി കരുണാകരൻ കാണിച്ച സ്വാർത്ഥകൃത്യങ്ങൾ വെറും മൂത്രശങ്കയ്ക്കു പോകലിൽ മാത്രം ഒതുങ്ങി നില്ക്കുന്നതല്ല. ഉദ്ദിഷ്ടകാര്യം സാധിക്കാൻ ഏതു മലക്കം മറിച്ചിലും നട ത്തിയിട്ട് നാലുകാലിൽ നില്ക്കാൻ കരുണാകരൻ കാണിക്കുന്ന തന്ത്രവി

ദ്യകൾ ഏതു സർക്കസിലെ ട്രപ്പീസ് കളിക്കാരെയും മലർത്തിയടിക്കുന്ന തായിരുന്നു. അഭിമാനം പണയം വച്ചും സ്വന്തം കാര്യം നേടും. ആരേയും സേവ പിടിക്കുന്നതിനും മഹാവിരുതൻ. ഭീരുക്കളായതുകൊണ്ടോ, സ്വാർത്ഥലക്ഷ്യം ഉള്ളിലിരിക്കുന്നതുകൊണ്ടോ ഇവയെല്ലാം തുറന്നടിക്കു വാൻ സന്നദ്ധതയുള്ളവരും ചുരുക്കമായിരുന്നു. അങ്ങനെ ഭാവിയുടെ വാഗ്ദാനങ്ങളായ ചെറുപ്പക്കാർ കുതന്ത്രങ്ങളും കുന്നായ്മകളും ഉന്നത നേതൃത്വത്തിൽ കണ്ടു വളരുന്ന കാലഘട്ടം.

കേരളത്തിൽ മാത്രമല്ല, ഇന്ത്യയിൽ പൊതുവേ ഈ മൂല്യച്യുതി അധി കാരമേഖലയിൽ പടർന്നു പിടിച്ചിരുന്നു. അഴിമതിയും ചതിയും ആദർശ ധ്വംസനങ്ങളും നാട്ടു നടപ്പായിരിക്കുന്നു. ഉന്നതങ്ങളിൽ ദേശീയ സ്വഭാ വത്തിനു സംഭവിച്ചിരിക്കുന്ന ഈ വീഴ്ച, സ്വാതന്ത്ര്യസമരം കണ്ടുവളർന്ന എന്റെ മനസ്സിനു വേദനാജനകമായിരുന്നു. ഇന്നാട്ടിലെ ആദികാല നേതാ ക്കൾ പുലർത്തിയ ആദർശോജ്ജ്വലമായ ഭരണവുമായി തട്ടിച്ചുനോക്കു മ്പോൾ ഹൃദയനൈരാശ്യം വർദ്ധിക്കുന്നു. ദേശീയമായി തന്നെ നേതാ ക്കളുടെ സ്വഭാവത്തിൽ വന്ന ഈ അധഃപതനം കവിതയിലൂടെ ഒന്ന് ജന ങ്ങളിലെത്തിക്കണമെന്ന് എനിക്കു തോന്നി. 'ദേശീയ സ്വഭാവം' എന്ന എന്റെ കവിതയിലെ പ്രശ്നത്തിന്റെ ബീജാവാപപ്രക്രിയ ഇതാണ്.

എങ്ങനെ ഇതാവിഷ്കരിക്കണം? ദേശീയപ്രശ്നത്തിലേക്കു ചിന്ത കൊണ്ടെത്തിച്ചത് കെ കരുണാകരന്റെ മുഖ്യമന്ത്രി ഭരണമാണെങ്കിലും പൊതു പ്രശ്നം എന്ന നിലയ്ക്ക് കവിത ഒരു കരുണാകരോപാലം ഭന മാക്കുകയല്ല വേണ്ടത്. ആയിടയ്ക്ക് ഏതോ ഒരു ഫലിതബിന്ദുവിലെ ആശയം എന്നെ രസിപ്പിച്ചു. അതിലെ ട്രിക്ക് എങ്ങനെ കവിതയിലേക്ക് ദേശീയ സ്വഭാവ വിമർശനത്തിന് ഉപയോഗിക്കാം എന്നു ചിന്തിച്ചു രണ്ടു ദിവസം നടന്നു. അഴിമതിയും കുതന്ത്രവും കർമ്മകുശലതയും കൂട്ടിയി ണക്കണം. അവസാനം കൂട്ടിയിണക്കി 1985 നവംബർ 25 ന് 'ദേശീയ സ്വഭാവം' എന്ന കവിത പിറന്നു.

ബഹിരാകാശത്തിന്റെ കോണിൽ പ്രത്യക്ഷപ്പെട്ട തീക്കുണ്ഡത്തിനെ പ്പറ്റി പരീക്ഷണം നടത്തുന്ന ശാസ്ത്രജ്ഞരുടെ ഒരു സംഘം അങ്ങോട്ട് ഒരു മനുഷ്യനെ യന്ത്രസഹായത്താൽ അയയ്ക്കാൻ തീരുമാനിക്കുന്നു. പക്ഷേ, ഒരു പ്രശ്നം, പോകുന്ന ആളിനു ജീവാപായം നേരിടും. അതി നാൽ പോകുന്നതിന് തയ്യാറുള്ള ആളെ കിട്ടുമോ എന്നു സംശയം. പോകു ന്നതിന് പ്രലോഭനം നല്കുന്ന വലിയ തുക വാഗ്ദാനം ചെയ്തുകൊ ണ്ടുള്ള പരസ്യങ്ങൾ പത്രങ്ങളിൽ പ്രത്യക്ഷപ്പെട്ടു.

അപേക്ഷകരെ കിട്ടുകയില്ലെന്നായിരുന്നു ശാസ്ത്രജ്ഞസംഘ ത്തിന്റെ കണക്കുകൂട്ടൽ. എന്നാൽ അവരുടെ പ്രതീക്ഷകളെ പാടെ തെറി ച്ചുകൊണ്ട് മൂന്നപേക്ഷകൾ കിട്ടി. ഒന്ന് ഒരു കാൻസർ രോഗി, മറ്റൊന്ന് ഒരു പൊലീസ് സബ് ഇൻസ്പെക്ടർ; മൂന്നാമത്തെ അപേക്ഷകൻ, എന്തൊരത്ഭുതമേ, ആ നാട്ടിലെ മുഖ്യമന്ത്രിയും! അങ്ങനെ മുഖ്യമന്ത്രിയെ പ്രധാന കഥാപാത്രങ്ങളിൽ ഒരാളാക്കിയെടുത്തു. കെ കരുണാകരൻ

തന്നെ എന്റെ മനസ്സിൽ.

പ്രശസ്തനായ ഒരു ശാസ്ത്രജ്ഞനെക്കൊണ്ട് മൂന്നു പേരെയും ഇന്റർവ്യൂ ചെയ്യിക്കുക. മുഖ്യമന്ത്രിയുടെ ഊഴം വരുമ്പോൾ ഇന്റർവ്യൂ നടത്തുന്ന ശാസ്ത്രജ്ഞനുമായി അഴിമതി തന്ത്രത്തിന് രംഗമൊരുക്കുക. അങ്ങനെ ലക്ഷ്യത്തിൽ എത്താനുള്ള ശ്രമമായി കവിതാരചനയിൽ. ആദ്യം പാവം കാൻസർ രോഗി, പിന്നെ സബ് ഇൻസ്പെക്ടർ, മൂന്നാമത് മുഖ്യമന്ത്രി – ഇന്റർവ്യൂക്രമവും നിശ്ചയിച്ചു. അവർ ആവശ്യപ്പെടുന്ന തുക യിലിട്ടുവേണം മുഖ്യതന്ത്രം കളിക്കാൻ.

ലോകപ്രശസ്തനായ ശാസ്ത്രജ്ഞൻ പരീക്ഷണം നടത്തുന്നവരുടെ ക്ഷണം സ്വീകരിച്ചെത്തുന്നു ഇന്റർവ്യൂ നടത്താൻ. ഒന്നാന്തരം ഹാളിൽ വിശാലമായ സ്റ്റേജിൽ ഇന്റർവ്യൂ. അപേക്ഷകർ മൂന്നുപേരും താഴെ ഇരി ക്കുന്നു. ഭാവനാദൃഷ്ടികൊണ്ട് ഞാൻ എല്ലാം കാണുന്നു. സമയമായി. ആദ്യം കാൻസർരോഗിയെ വിളിക്കുന്നു. രോഗി സന്നദ്ധത അറിയിക്കു ന്നു. ഇന്റർവ്യൂ ചെയ്യുന്ന ശാസ്ത്രജ്ഞൻ രോഗിയുടെ ഡിമാന്റ് എന്തെന്നു തിരക്കുന്നു. അയാൾ പറഞ്ഞു. "ഏതായാലും എന്റെ മരണം അടുത്തു എന്നു നിശ്ചയമായിക്കഴിഞ്ഞു. എങ്കിൽ ആ മരണം വേണ്ടപ്പെട്ടവർക്ക് ഉപകാരമായിത്തീരട്ടെ എന്നതാണ് ചിന്താവിഷയം. അതിനാൽ,

വീടിന്റെ യുൽക്കർഷത്തിന്നേകണം മുൻപേറഞ്ചു

കോടിരൂപ യെന്നാലീ ഞാൻ വരാൻ തയ്യാർ, തയ്യാർ!"

പൊലീസ് സബ് ഇൻസ്പെക്ടറെക്കൊണ്ടു എന്താണു പറയിക്കേ ണ്ടത്? ധീരതയുടെ സൂര്യഗോളമാകാം. പരീക്ഷണ വിജയം കൊണ്ടു ശാസ്ത്രലോകത്തിനു നേട്ടമുണ്ടാകുമെങ്കിൽ സ്വജീവൻ ബലികൊടു ക്കാനും തയ്യാറുള്ളവൻ. അങ്ങനെയുള്ള ത്യാഗമനസ്കർ ഇടയ്ക്കിടെ വാർത്തയിൽ പ്രത്യക്ഷപ്പെടാറുണ്ടല്ലോ. ഡിമാന്റ് മോശമാക്കിക്കൂടാ. കാൻസർ രോഗി ചോദിച്ചതിലും ഇരട്ടിയാക്കിക്കളയാം. അപ്പോൾ സ്റ്റാറ്റ സിനും യോജിക്കും. അങ്ങനെ ധീരനായകനെക്കൊണ്ട് പ്രതിഫലം പത്തു കോടി ചോദിപ്പിച്ചു.

"ചിരിയാൽ രംഗം പിടിച്ചടക്കി" മുഖ്യമന്ത്രിയെത്തുന്നു എന്ന പ്രസ്താവം കരുണാകരന്റെ പച്ചച്ചിരിയിൽ അനുവാചകഹൃദയങ്ങളെ കൊ ണ്ടെത്തിക്കും. "കൂടുതലൊന്നും ചോദിക്കുന്നില്ല" എന്നു പറഞ്ഞു മുഖ്യ മന്ത്രിചോദിച്ചതു പതിനഞ്ചു കോടിയാണ്. ഇന്റർവ്യൂ നടത്തുന്ന ശാസ്ത്ര ജ്ഞൻ, മുഖ്യമന്ത്രി ജനരോഷത്തിനിരയായി നില്ക്കുന്ന ഇക്കാലത്ത് നാട്ടിൽ നിന്നും പോയിക്കിട്ടുന്നതു നല്ലതാണെന്ന അഭിപ്രായക്കാരനാ യിരുന്നു. പക്ഷേ, നാടിന്റെ ഖജനാവിന്റെ പാപ്പരത്തം അറിയാവുന്ന മുഖ്യ മന്ത്രി ഇത്രയും വലിയ ഒരു തുക ചോദിച്ചതിൽ അത്ഭുതം കൂറി.

ഇടയ്ക്ക് ഒന്നുപറഞ്ഞു കൊള്ളട്ടെ: ഈ കവിതയെഴുതുന്ന 1985 ൽ മുപ്പതുകൊല്ലം മുമ്പ്, കോടി എന്നു പറഞ്ഞാൽ ഒരു വലിയ തുകയായി രുന്നു. നാണയവില ഇടിഞ്ഞ ഇക്കാലത്താണ് കവിത എഴുതുന്നതെങ്കിൽ മുഖ്യമന്ത്രിയെക്കൊണ്ടു ചുരുങ്ങിയത് ആയിരത്തഞ്ഞൂറുകോടി ചോദി

പ്പിക്കുമായിരുന്നു.

ഖജനാവിന്റെ നിജസ്ഥിതി വ്യക്തമായി അറിയാവുന്ന മുഖ്യമന്ത്രി ഇത്രയും വലിയ തുക ആവശ്യപ്പെട്ടത് ശരിയാണോ എന്നാരായുന്ന ശാസ്ത്രജ്ഞനെ മുഖ്യമന്ത്രി വേദിയിൽ ഒരു രഹസ്യ സ്ഥാനത്തേയ്ക്കു നയിക്കുന്നു. അംഗവിക്ഷേപവും പൊട്ടിച്ചിരിയും കരുണാകരനെ അപ്പോഴും ഓർമ്മിപ്പിക്കും. മുഖ്യമന്ത്രി തന്ത്രം പുറത്തെടുക്കുന്നു:

'മഹാനായ അങ്ങ് എന്ത് ചോദിച്ചു? തുക കൂടുതലെന്നോ? പതി നഞ്ചു കോടിയിൽ അഞ്ചു കോടി ഞാൻ താങ്കൾക്കു തരും. അഞ്ചു കോടി ഞാനും എടുക്കും. ബാക്കി അഞ്ചുകോടിയില്ലേ? അത് ആ കാൻസർ രോഗിക്കു നല്കി അവനെ അഗ്നികുണ്ഡത്തിലേക്കയയ്ക്കാം. പിൻപെ പ്രഖ്യാത ശാസ്ത്രജ്ഞനായ താങ്കൾ ഒരു പ്രസ്താവന ഇറക്കിയാൽ മതി. 'അഗ്നികുണ്ഡത്തിൽ നിന്നും ആളിനെ തിരിച്ചെത്തിക്കുന്ന വിദ്യ നാം സ്വായത്തമാക്കിരിക്കുന്നു' മുഖ്യമന്ത്രിയായ് ഞാൻ വീണ്ടും തുടരും. എനിക്കും അങ്ങേയ്ക്കും ഖ്യാതിയായി. പണമായി. കാൻസർ രോഗിയുടെ കുടുംബത്തിനും ഗുണമായി.

"ആർക്കുണ്ട് നഷ്ടം പ്രിയസ്നേഹിതാ? ഭഗവാന്റെ
പേർക്കൊരു 'തുലാഭാരം' കൂടിയാൽ നടത്തേണം"

കെ കരുണാകരന്റെ ഗുരുവായൂർ ക്ഷേത്ര സന്ദർശനവും തുലാഭാരം നടത്തലും പ്രസിദ്ധമാകയാൽ കവി പറയാതെ തന്നേ വിചാരിച്ചിടത്തു കൊണ്ടു കെട്ടി എന്ന സംതൃപ്തിയോടെ ഞാൻ പേന താഴേവച്ചു "ആർക്കുണ്ട് നഷ്ടം പ്രിയ സ്നേഹിതാ?" എന്ന് ആലോചിച്ചിരുന്നു.

(നവംബർ 25 1985)

കനൽ തീറ്റിയ കാറപകടം

ആയിരത്തിത്തൊള്ളായിരത്തി എൺപത്തിയൊൻപത് നവംബർ മാസം 29–ാം തീയതിയാണ് സംഭവം. സമയം വൈകുന്നേരം അഞ്ചു മണി. സ്ഥലം തിരുവനന്തപുരത്തു കനകക്കുന്നിനു തൊട്ടുകിടക്കുന്ന വിശാല മായ റോഡ്. അവിടെ നിന്നും കേവലം രണ്ടുകിലോമീറ്റർ പോയാൽ വഴു തക്കാട് ടാഗോർ നഗറിലുള്ള എന്റെ ചെമ്മനം വീടാകും. വരവ് എന്റെ പ്രിയപ്പെട്ട ഫിയറ്റ് ഡിലൈറ്റ് KLT 1625 നമ്പർ വണ്ടിയിൽ. കുത്താട്ടുകു ളത്തിനടുത്ത് പണ്ടപ്പിള്ളിയിൽ എന്റെ ഇളയ മകൾ ശോഭയുടെ ഭർത്തൃ ഗൃഹമായ കുളിരാങ്കൽ വീട്ടിൽ നിന്നാണു തിരിച്ചത്. ശോഭയും ഭർത്താവ് ഡോ. ജോർജു പോളും മോനും ഇന്ന് തിരുവനന്തപുരത്ത് എന്റെ വീട്ടിൽ താമസിച്ചിട്ട്, നാളെ സൗദിയിലേക്ക് ജോലിക്കുപോകാനാണ് പ്ലാൻ. അവരെ കൂടാതെ ഭാര്യ ബേബിയുമാണ് കാറിലുള്ളത്. ഡ്രൈവിങ് എനിക്കു വലിയ ഇഷ്ടമാകയാൽ ഞാൻ തന്നെയാണ് കാറോടിക്കുന്നത്. കളിയും തമാശയും പറഞ്ഞ് വീടടുക്കാറായതിന്റെ ആഹ്ലാദത്തിൽ മുന്നേ റുമ്പോൾ ചോറ്റുപാത്രപ്പെട്ടി പിറകിൽ വച്ചു കെട്ടിയ സൈക്കിളിൽ ഒരാൾ വണ്ടിക്കുകുറുകെ! എന്റെ ഡ്രൈവിങ് ജീവിതത്തിലെ ആദ്യത്തേതും അവ സാനത്തേതുമായ ആക്സിഡന്റ്!

സൈക്കിൾകാരൻ റോഡരികിലേക്കു തെറിച്ചു വീണു. ചോറ്റുപാത്ര പ്പെട്ടി ബോണറ്റിനു മുകളിലെത്തി കാറിന്റെ മുൻ ചില്ലു തകർത്ത്, എന്തോ ലോഹക്ഷണമോ ചില്ലോ എന്റെ കണ്ണടയുടെ ഇടതുചില്ലും തകർത്ത് എന്റെ കണ്ണിലേയ്ക്ക്. തീനാളം ശ്വസിക്കുകയും കനൽതിന്നുകയും ചെയ്ത ഭീകരമുഹൂർത്തം. ഞങ്ങൾ വണ്ടിയിൽ നിന്നും പുറത്തിറങ്ങി. ഡോ. ജോർജു പോൾ സൈക്കിൾകാരന്റെ സഹായത്തിനെത്തി. മുഖം മുഴുവൻ ചോര. രണ്ടുപല്ലുകൾ അടർന്നിരിക്കുന്നു. സഹായത്തിനു പല

രുമെത്തിയത് എന്റെ ഭാഗ്യം. ജോർജുകുട്ടി സൈക്കിളുകാരനെയും കൊണ്ട് മെഡിക്കൽ കോളേജിലേക്കുപോയി. ചില്ലുപൊട്ടിയെങ്കിലും വണ്ടി ഓടിക്കാവുന്ന കണ്ടീഷനാണ്. എന്റെ ഇടതുകണ്ണിന്റെ ഇടതുഭാഗത്തു ചോര വരുന്നത് മറ്റുള്ളവർ കണ്ടു. എനിക്കത്ര വിഷമമൊന്നും അനുഭവ പ്പെടുന്നുമില്ല. എങ്കിലും കണ്ണാശുപത്രിയിൽ ഒന്നു കാണിക്കുന്നതാകും നല്ലതെന്ന് ഡോക്ടറായ എന്റെ മകൾ ശോഭ അഭിപ്രായപ്പെട്ടു. അവൾ തന്നെ ഫിയറ്റ് ഓടിച്ച് ഞങ്ങൾ കണ്ണാശുപത്രിയിലെത്തി. നേരം സന്ധ്യ മയങ്ങിയിരുന്നു അപ്പോൾ.

ഒരു ലേഡി ഡോക്ടർ ആയിരുന്നു ചാർജിലുണ്ടായിരുന്നത്. അവർ പരിശോധിച്ചു പറഞ്ഞത് വീണ്ടും കനൽക്കട്ട തിന്നുന്ന അനുഭവമായി. ഇടതുകണ്ണിന്റെ കോർണിയ മുറിഞ്ഞിരിക്കുന്നു. ഉടൻ ആശുപത്രിയിൽ അഡ്മിറ്റു ചെയ്ത് സ്റ്റിച്ചിടണം. വീട്ടിൽ ആഹ്ലാദത്തിമിർപ്പോടെ ഒരു രാത്രി കഴിക്കാൻ കണക്കുകൂട്ടിയവരിൽ കുറേപ്പേർ മെഡിക്കൽ കോളേജിൽ, ബാക്കിയുള്ളവർ കണ്ണാശുപത്രിയിൽ. എന്റെ കണ്ണിൽ സ്റ്റിച്ച് ഇട്ടുകഴിഞ്ഞ പ്പോഴേയ്ക്കും സൈക്കിൾകാരനെ ആശുപത്രിയിൽ അഡ്മിറ്റു ചെയ്ത ശേഷം ജോർജ്ജുകുട്ടിയും മറ്റുമെത്തി. കേട്ടറിഞ്ഞ് എന്റെ ബന്ധുക്കൾ, സ്നേഹിതർ, അയൽക്കാർ എല്ലാവരും ചുറ്റും. കണ്ണിന്റെ വിദഗ്ദ്ധചികി ത്സയ്ക്ക് വെല്ലൂർക്കു കൊണ്ടുപോകണമെന്ന ഒരഭിപ്രായം ശക്തിയായി ഉയർന്നു. പക്ഷേ, ഞാൻ വിപരീതാഭിപ്രായത്തിൽ ഉറച്ചു നിന്നതിനാൽ അതു നടന്നില്ല. സൈക്കിൾകാരന് തിരുവനന്തപുരത്തെ ചികിത്സയാണ് ലഭിക്കുന്നത്. എനിക്കും അതുമതി എന്നാണു ഞാൻ ചിന്തിച്ചത്. പോരെ ങ്കിൽ കണ്ണാശുപത്രിയിലെ സകല ഡോക്ടർമാരും എന്റെ കാര്യത്തിൽ വി ഐ പി ട്രീറ്റ്മെന്റിന് അതീവശ്രദ്ധാലുക്കളായി എത്തിയിട്ടുമുണ്ട്.

കനൽ തിന്നുതിന്ന് ആ രാത്രി വെളിപ്പിച്ചു. പിറ്റേന്ന് 11 മണിയോടെ ശോഭയ്ക്കും ജോർജുകുട്ടിക്കും സൗദിക്കു പോകണം. ഭാര്യ ബേബി എല്ലാം സഹിച്ച് എന്റെ ശുശ്രൂഷയുമായി കൂടെ നില്ക്കുന്നു. ശോഭയും ജോർജ്ജുകുട്ടിയും യാത്ര പറഞ്ഞു പോകാൻ ആശുപത്രിയിൽ വന്നു. ഞാൻ ആകുന്നത്ര ധൈര്യം കൊടുത്തെങ്കിലും, എനിക്കൊരുമ്മതന്നു വിങ്ങിപ്പൊട്ടി ശോഭ ഇറങ്ങിപ്പോകുന്ന രംഗം ഒരു കണ്ണുകൊണ്ടുകാണു മ്പോൾ ഞാൻ ശരിക്കും തീ തിന്നുകയായിരുന്നു.

ഇരുപത്തിനാലു ദിവസം ഞാൻ കണ്ണാശുപത്രിയിൽ തീ തിന്നു കഴി ഞ്ഞു. തുടർന്ന് വീട്ടിൽ പലനേരം കണ്ണിൽ മരുന്നൊഴിച്ചു കഴിഞ്ഞു. പറ ന്നുനടന്ന ഒരുപക്ഷിയുടെ ചിറകുവെട്ടി ഒരു മുറിയിലിട്ടമട്ടിലായിരുന്നു ഞാൻ. നല്ലൊരു മനശ്ശക്തിയുടെ ഉടമയെന്നു കരുതിയിരുന്ന ഞാൻ ആകെ ചകിതഹൃദയനായി. ആൾ കണ്ടമാനം ക്ഷീണിച്ചു. ഇതിനകം എന്റെ ഫിയ റ്റുകാർ നന്നാക്കി വീട്ടിൽ കൊണ്ടുവന്ന് ഇട്ടിരുന്നു. എന്റെ സഹോദരൻ ഒരു പുരോഹിതൻ ഉണ്ട്. അച്ചൻ ചേട്ടൻ എന്നു ഞങ്ങൾ വിളിക്കുന്നയാൾ. അച്ചൻ ചേട്ടൻ മൂന്നാംതവണ എന്നെ കാണാൻ വരുമ്പോഴും ഞാൻ ആകെ ക്ഷീണിച്ച്, നിരുന്മേഷനായി, ജീവിതം വഴിമുട്ടിയമട്ടിൽ കഴിയുക

യായിരുന്നു. അച്ഛൻ ചേട്ടൻ രണ്ടുദിവസം ഞങ്ങളോടൊപ്പം താമസിച്ചു. മൂന്നാം ദിവസം പോകാനായി, രാവിലെ എട്ടര മണിയായിക്കാണും, വീട്ടിൽ നിന്നുതിരിക്കുമ്പോൾ എന്നോടു പറഞ്ഞു. "ഞങ്ങൾക്കെല്ലാം എന്തെ ങ്കിലും വിഷമമുണ്ടാകുമ്പോൾ ധൈര്യം തന്നിരുന്നതു നീയാണ്. നീ ഇങ്ങനെ ധൈര്യം കെട്ടുകഴിഞ്ഞാൽ പിന്നെ ഇനി ഞങ്ങൾക്കാരാണു ള്ളത്?"

എന്റെ മനസ്സിൽ ആ ചോദ്യം തറച്ചു. അച്ഛൻ ചേട്ടൻ യാത്ര പറ ഞ്ഞുപോയി. ഭാര്യ ബേബിയും അടുക്കളപ്പണിക്കു തിരിച്ചു. ഞാൻ അകത്തു ചെന്ന് കാറിന്റെ താക്കോൽ എടുത്തു. വീടിന്റെ വാതിൽ അട ച്ചു. ഗേറ്റ് മലർക്കെ തുറന്നു. നാല്പത്തഞ്ചു ദിവസത്തിനുശേഷം ഫിയറ്റ് സ്റ്റാർട്ടു ചെയ്തു. വണ്ടി മെല്ലെ പുറത്തേക്കിറക്കി. കോട്ടൻഹിൽ ഭാഗം വഴി വഴുതക്കാടു ചുറ്റി മൂന്നു കിലോ മീറ്റർ ഓടിച്ച് വണ്ടി വീട്ടിൽ കൊണ്ടു വന്നിട്ടു. കാര്യം ഗ്രഹിച്ച് കാർപോർച്ചിനു മുന്നിൽ വന്ന് അങ്കലപ്പോടെ നില്ക്കുന്ന ഭാര്യ പരിഭവത്തോടെ ചോദിച്ചു: "ഇതെന്തു പണിയാണ് ഈ കാണിച്ചത്?"

"വണ്ടിയോടിക്കുന്ന പണി" എന്നു ഞാൻ പറയുമ്പോൾ നേരത്തെ തിന്ന 'കനലുകൾ' തിരിച്ചു തുപ്പുകയായിരുന്നു.

രണ്ടാം ദിവസം ഇരട്ടി ദൂരം ഓടിച്ചു. ഭാര്യ ബേബിയും "ഒരുമിച്ചു ചാകാം" എന്ന മനോഭാവത്തോടെ കൂടെ കയറിയിരുന്നു. മൂന്നാം ദിവസം ആക്സിഡന്റ് നടന്ന ഭാഗത്തൂടെ ഓടിക്കുമ്പോൾ കണ്ണാശുപത്രിയിൽ കിടക്കുന്നനാളുകളിൽ ആ സ്ഥലവും സംഭവവുമെല്ലാം ഭയങ്കര പേടി സ്വപ്നം പോലെ മനസ്സിൽകിടന്നു കളിച്ച കാര്യം ഞാൻ പേർത്തും പേർത്തും ഓർത്തുപോയി. ഒന്നു തോന്നുന്നു, ആ ആക്സിഡന്റിനു ശേഷ മാണ് ഞാൻ ഒരു നല്ല ഡ്രൈവറായത്.

(രചന: 2014 നവംബർ 6)

സർക്കാരിന്റെ കമ്മറ്റികൾ

ഭരണരംഗത്തും സാംസ്കാരിക മേഖലകളിലും ഉത്തരവാദിത്വമുള്ള ചുമതലകൾ നിർവ്വഹിക്കുവാൻ സർക്കാർ നിയോഗിക്കുന്ന അതാതു രംഗത്തെ വിദഗ്ദ്ധന്മാരടങ്ങിയ കമ്മിറ്റികൾ പലതുണ്ട്, അങ്ങനെയുള്ള കമ്മിറ്റികളുടെ ഏകാഗ്രമായ പ്രവർത്തനം പല വലിയ കാര്യങ്ങളും സാധി ച്ചിട്ടുമുണ്ട്.

രാഷ്ട്രീയപക്ഷം നോക്കാതെ, അതാതുരംഗത്തു ഗണ്യമായ സംഭാ വന ചെയ്തിട്ടുള്ള വിദഗ്ദ്ധന്മാർക്കു നല്കുന്ന അംഗീകാരം എന്ന നില യിൽ ആയിരുന്നു അത്തരം കമ്മിറ്റികളിലേക്കുള്ള നിയോഗം എന്നു പോലും ചിന്തിച്ചിരുന്നു. സർദാർ കെ എം പണിക്കർ, എൻ ഗോപാലപി ള്ള, ശൂരനാടു കുഞ്ഞൻ പിള്ള, ഡോ. കെ എം ജോർജ് ആദിയായവർ പ്രാമാണികരായി 1956 ആഗസ്ത് 15-ന് ആണ് കേരള സാഹിത്യ അക്കാ ദമി ആരംഭിച്ചത്. 1983 ആയപ്പോഴേക്കും ആ സ്ഥാപനത്തിൽ പല വിധ ത്തിൽ രാഷ്ട്രീയപ്പാർട്ടികളുടെ ഉരുണ്ടുകളികൾ നടക്കാൻ തുടങ്ങി.

മാതൃഭാഷയിലെ അക്ഷരങ്ങൾ മുഴുവൻ തെറ്റിക്കാതെ എഴുതാൻ കഴിവില്ലാത്ത ഒരു രാഷ്ട്രീയ ജീവി, കേരള കോൺഗ്രസിലെ ഒരു ചെറുവി ഭാഗത്തിന്റെ പ്രതിനിധിയായി, കേരള സാഹിത്യ അക്കാദമിയുടെ കമ്മി റ്റിയിലെത്തി. വിദ്വാന്റെ പേരിൽ പുസ്തകമൊന്നും പ്രസിദ്ധീകരിച്ചിട്ടി ല്ലെന്നു തന്നെയല്ല. മറ്റേതെങ്കിലും തരത്തിൽ സാഹിത്യരംഗത്തുകേട്ടു കേൾവിയുള്ള ഒരുപേരുമായിരുന്നില്ല ആ അക്കാദമി പ്രതിനിധിയുടേത്. ഈ പ്രവണതയ്ക്കെതിരെ വിമർശഹാസ്യത്തിന്റെ ശരമെയ്യണം എന്നെ നിക്കു തോന്നി. പിന്നെ അതിനെക്കുറിച്ചുള്ള ആലോചനയായി. ആലോ ചന പല കാര്യങ്ങളിൽ കേറിപ്പടർന്നു.

കേവലം അനർഹൻ എന്ന് വായനക്കാർക്കു ബോദ്ധ്യപ്പെടണം.

കമ്മിറ്റി സാഹിത്യ അക്കാദമി പോലെ ഒരു സ്ഥാപനം ആയിരിക്കണം. ഭാഷാപിതാവായ എഴുത്തച്ഛന്റെ പേരിലുള്ള ഒരു സ്മാരകമാകട്ടെ. അങ്ങനെ സങ്കല്പ തുഞ്ചൻ സ്മാരക സമിതി പിറന്നു. കമ്മിറ്റിയംഗം ആരാകണം? പേരില്‍പ്പോലും തോന്നണം അനര്‍ഹത. 'ഇട്ടുപ്പ്' ആകട്ടെ. ക്രിസ്ത്യാനികള്‍ക്കിടയിലെ പഴയ പുന്നാരപ്പേര്. സാഹിത്യാഭിമുഖ്യം കുറഞ്ഞ സമുദായാംഗവുമാണല്ലോ. തൊഴില്‍ എന്താകണം? ഒരു ഇറച്ചി വെട്ടുകാരന്‍ സാഹിത്യഅക്കാദമിയില്‍ കയറിക്കൂടുന്നതാകും രസകരം. അയാളെ അക്കാദമിയിലേക്കു ശുപാര്‍ശ ചെയ്യാന്‍ കടപ്പാടുള്ള ഒരു രാഷ്ട്രീയ നേതാവിനെ കണ്ടെത്തണം.

ഇട്ടുപ്പിന്റെ അയല്‍ക്കാരന്‍ ഏലിയാസ്. പത്തില്‍ തോറ്റ് രാഷ്ട്രീയ ത്തിന്റെ ഓരം ചെത്തിനടക്കുമ്പോള്‍ ഒരു പെണ്ണുകേസില്‍പ്പെട്ടു. ഗര്‍ഭി ണിയും ആള്‍ക്കാരും ഏലിയാസിന്റെ വീട്ടുമുറ്റത്ത് സത്യഗ്രഹം. ഏലി യാസ് രക്ഷിക്കാന്‍ ഇട്ടുപ്പേട്ടന്റെ കാലു പിടിച്ചു.

"ഇറച്ചിവെട്ടും കത്തി വീശിയാക്രോശിച്ചിട്ടു-

പ്പുറഞ്ഞുതുള്ളീ, പെണ്ണുമാള്‍ക്കാരും സ്ഥലം വിട്ടു!"

ഏലിയാസ് ഇട്ടുപ്പിന്റെ കാലില്‍ വീണു പറഞ്ഞു. "ഇതു ഞാന്‍ മറ ക്കില്ല ചേട്ടാ!"

ആ ഏലിയാസ് ഒരു തുക്കടാ രാഷ്ട്രീയപ്പാര്‍ട്ടിയുടെ പ്രവര്‍ത്തകനാ യി. ഇട്ടുപ്പും സഹായത്തിനുണ്ട്. ഏലിയാസ് ബുദ്ധിമാനാണ്. അയാള്‍ പാര്‍ട്ടി പിളര്‍ത്തി ഒരു വിഭാഗത്തിന്റെ തലവനായി. ഇട്ടുപ്പും നേതാവ്.

"അവകാശങ്ങള്‍ക്കുഗ്രം കാഹളമുതി, നാട്ടില്‍

സുഖവും സമൃദ്ധിയും വാഗ്ദാനം ചെയ്താരവര്‍!"

ജനായത്തഭരണസമ്പ്രദായത്തിന്റെ അധഃപതനം ഇതിലധികം വിമര്‍ശനവിധേയമാകുന്നതെങ്ങനെ?

ഇതിലധികമാണ് പക്ഷേ സംഭവിച്ചത്. തിരഞ്ഞെടുപ്പ് ഓര്‍ക്കാപ്പു റത്ത് ഓടിയെത്തി. ഒരു കൂട്ടുകക്ഷി സഖ്യത്തില്‍ ഏലിയാസിന്റെ പാര്‍ട്ടിയും ചേര്‍ന്നു മത്സരിച്ചു. ആ സഖ്യം വോട്ടുകള്‍ തൂത്തുവാരി, ജന കീയതേ, നിന്റെ ഗതികെങ്കേമം! മല്ലന്‍ ഏലിയാസ് എം എല്‍ എ ആയി. അവിടെയും നില്‍ക്കുന്നില്ല ജനകീയ ദുര്‍ഗ്ഗതി, ഐക്യകക്ഷിസര്‍ക്കാര്‍ ഉണ്ടാക്കിയപ്പോള്‍, മറ്റു പോംവഴിയില്ല, മിസ്റ്റര്‍ ഏലിയാസ് മിനിസ്റ്ററായ്!

സത്യപ്രതിജ്ഞയ്ക്കു മുന്നം ഇട്ടുപ്പിന്റെ രണ്ടുകാലിലും തൊട്ടു നമ സ്കരിച്ച് ഏലിയാസ് പറഞ്ഞു: "ചേട്ടനാണു മന്ത്രിയാകുന്നതെന്നു വിചാ രിച്ചു കൊള്ളണം. എന്തുവേണമെന്നു പറഞ്ഞേക്കണം. ഞാന്‍ സാധിച്ചി രിക്കും. ആ പെണ്ണ് കേസ് ഞാന്‍ മറക്കില്ല."

ഒരു ദിവസം ഇട്ടുപ്പേട്ടന്‍ മന്ത്രി ഏലിയാസിനോടു പറഞ്ഞു. "എടാ, ഇട്ടുപ്പേട്ടന് ഇറച്ചിവെട്ടു കൊണ്ട് ആവശ്യത്തിലും അധികവും പണമാ യി. ഇനി ആ വഴിക്കുനോട്ടമില്ല. ആളുകള്‍ക്കിടയ്ക്ക് അല്‍പം പേരും പദ വിയും ഉണ്ടാക്കണം. സര്‍ക്കാര്‍ കമ്മിറ്റികളില്‍ കേറിപ്പറ്റണം." വലിയ വലിയ കമ്മിറ്റികളെല്ലാം വലിയ പാര്‍ട്ടികള്‍ കൊണ്ടുപോയി. ഏലിയാസ്

മന്ത്രിക്കുകിട്ടിയതു തുഞ്ചൻ സ്മാരക കമ്മിറ്റിയാണ്. അതിൽ ഒന്നാം പേരു കാരൻ പി പി ഇട്ടുപ്പ്!

അനർഹന്മാർ കമ്മിറ്റികളിൽ കയറിപ്പറ്റുന്ന ദുഃഖസത്യം ഒരുവിധം ശരിയാക്കി. അങ്ങനെ കയറിപ്പറ്റുന്നവനെ വെറുതെ വിട്ടുകൂടാ. ഒന്നു പരു വപ്പെടുത്തണം. അതിനെന്തു വേണം എന്നായി എന്റെ ചിന്ത.

'തുഞ്ചൻ സ്മാരക സമിതി'യുടെ ഒരു പ്രൗഢ സമ്മേളനം. അതിൽ ഒന്നാം പേരുകാരനെ പങ്കെടുപ്പിച്ചു വിയർപ്പിക്കാമെന്നു വിചാരിച്ചു. സമ്മേ ളനത്തിൽ സ്വാഗതപ്രസംഗം ഇട്ടുപ്പിന്. സ്റ്റേജിൽ കണ്ണുമിഴിക്കട്ടെ. അപ്പോൾ എനിക്കു തോന്നി. ഇട്ടുപ്പ് കാശുള്ളവൻ. കാശു കിട്ടിയാൽ ആർക്കും എന്തും എഴുതിക്കൊടുക്കുന്ന ഉദരംഭരികൾ സാഹിത്യരംഗത്തു ണ്ട്. ആ പ്രവണതയും വിമർശനത്തിനു വിധേയമാക്കണം എന്നു തോന്നി. ഇത് ആദ്യമുണ്ടായിരുന്ന ചിന്തയല്ല, കവിതാരചനയ്ക്കിടയിൽ കടന്നു വന്ന ആലോചനയാണ്. അങ്ങനെ പലപ്പോഴും സംഭവിക്കും.

മറ്റേതെങ്കിലും എഴുത്തുകാരന്റെ പ്രതീതി ഉണ്ടാകണ്ട. ഇട്ടുപ്പ് സ്വാഗ തപ്രസംഗം എഴുതിക്കാൻ സമീപിക്കുന്നത് ചെമ്മനം ചാക്കോയെ ആക്കി യത് അതുകൊണ്ടാണ്. ആയിരംരൂപ കൈപ്പറ്റി ചെമ്മനം ചാക്കോ എഴു തിക്കൊടുത്ത സ്വാഗതപ്രസംഗം 'തുഞ്ചൻ സ്മാരക സമിതി' അംഗം, വായിച്ചു വായിച്ചു കാണാതെ പഠിക്കുന്നു.

"മഹനീയ കവിതയുടെ സമ്പർക്കത്താൽ എവിടെ കാഞ്ഞിരമരം പോലും മധുരിച്ചു പോയോ" ആ തുഞ്ചൻ പറമ്പിൽ മഹാസമ്മേളനം ആരംഭിക്കുകയായി. സ്വാഗതപ്രസംഗകൻ ഇട്ടുപ്പ്, താൻ കാണാതെ ഉരു വിട്ടു പഠിച്ച ഏതാനും ഭാഗം പറഞ്ഞപ്പോഴേക്കും സഭാകമ്പത്താൽ ബാക്കി ഭാഗം മറന്നുപോകുന്നു! നിസ്സഹായനായി വേദിയിൽ നില്ക്കുന്ന ഇട്ടു പ്പിനെ അവതരിപ്പിച്ചു കവിത ആരംഭിക്കുകയും, പ്രസംഗം മറന്ന ഇട്ടു പ്പിനെ സഹായിക്കാൻ വേദിയിലെത്തുന്ന ചെമ്മനം ചാക്കോ പൂർവ്വസം ഭവങ്ങളുടെ കെട്ടഴിക്കുകയും ചെയ്യുന്നതാണ് രചനാശില്പം. കലയു ടെയും സാഹിത്യത്തിന്റെയും ഭാഷയുടെയുമെല്ലാം രംഗങ്ങളിൽ പുല ബന്ധം പോലുമില്ലാത്ത രാഷ്ട്രീയ ദാത്യ്യഗ്രഹങ്ങൾ കയറിപ്പറ്റുന്നതിന്റെ പന്തി കേട് അങ്ങനെ ഏതാണ്ടു ഫലപ്രദമായി വിമർശിക്കാൻ 'കമ്മിറ്റി യംഗ'ത്തിനു കഴിഞ്ഞു.

"മറന്നുപോകുന്നല്ലോ പ്രസംഗമെല്ലാം; സത്യാ–
മിറച്ചിവെട്ടാനെന്തു സുഖമാ,ണെളുപ്പവും!
മറന്നുപോകുന്നല്ലോ സർവ്വവും! കുന്തം, ചുറ്റി–
ക്കറങ്ങുന്നല്ലോ തല; നമുക്കീ പണി വേണ്ട."

എന്നു വേദിയിൽ തുറന്നു സമ്മതിക്കുന്ന ഇട്ടുപ്പേട്ടൻ വായനക്കാ രുടെ സഹതാപ പാത്രമാകുന്നു.

അങ്ങനെയിങ്ങനെയൊന്നും ആരെയും പ്രശംസിക്കാത്ത മഹാനായ സി അച്ച്യുതമേനോൻ ഈ കവിതയെ പരാമർശിച്ച് എഴുതിയിരിക്കുന്ന ഒരു ഭാഗം ഉദ്ധരിക്കട്ടെ. "പാവനമായി കരുതേണ്ട സാഹിത്യത്തിന്റെ

ശ്രീകോവിലിൽ അക്ഷരവിദ്യപോലും തികയാത്ത കേവല രാഷ്ട്രീയക്കാരെ കുത്തിത്തിരുകുന്ന പതിവിനെ എത്ര ഭംഗിയായും ശക്തമായും ചെമ്മനം കളിയാക്കിയിരിക്കുന്നു. ഞാൻ ഇതെഴുതിക്കൊണ്ടിരിക്കുന്ന സമയത്താണ് പശ്ചിമബർലിനിലെ ലോകമലയാള സമ്മേളനത്തിന്, സാഹിത്യവുമായി പുലബന്ധം പോലുമില്ലാത്ത ചില എം എൽ എ മാരെയും ഒരു പൊ ലീസ് ഇൻസ്പെക്ടറെയും മറ്റും മലയാളത്തിന്റെപ്രതിനിധികളായി അയ യ്ക്കുന്നുവെന്നും, അതിനുള്ള ചെലവു സർക്കാർ വഹിക്കാൻ തയ്യാറാ യിരിക്കുന്നുവെന്നുമുള്ള വാർത്ത പത്രങ്ങളിൽ വന്നുകൊണ്ടിരിക്കുന്നത്! കവിയുടെ സത്യദർശനം എത്രമേൽ സംഗതമായിരിക്കുന്നുവെന്നു നോക്കുക."

സഹൃദയ സമൂഹമേ, ഇങ്ങനെ എന്തെങ്കിലും കാര്യം എന്റെ കവിത യിൽ കാണും. വെറുതേ ചിരിപ്പിക്കാൻ വേണ്ടി മാത്രം ഞാൻ ഒന്നും എഴു താറില്ല. അങ്ങനെയുള്ളവരുടെ കമ്മറ്റിയിൽ അംഗമായി ഈ വിമർശ ഹാസ്യ കവിയെ കണ്ടെത്താനും ആവുകയില്ലെന്നുറപ്പ്.

(കമ്മിറ്റിയംഗം– 1983 ഡിസംബർ 18)

വില്ലൊടിച്ചതാര്

ആയിരത്തിത്തൊള്ളായിരത്തി എൺപതുകളുടെ മധ്യത്തില്‍, ഞാന്‍ കേരളത്തില്‍ അങ്ങോളമിങ്ങോളം പല കവിസദസ്സുകളില്‍ അവതരിപ്പിക്കുകയും ഒട്ടേറെ കൈയടി വാങ്ങുകയും ചെയ്തിട്ടുള്ള കവിതയാകുന്നു ഒടിഞ്ഞവില്ല്.

അത് കവിസമ്മേളനങ്ങളുടെ കാലമായിരുന്നു. ഓരോന്നിനും അവയുടെ പൂക്കാലമുണ്ട്. മിക്ക സ്ഥാപനങ്ങളും സമ്മേളനങ്ങളോടനുബന്ധിച്ച് കാവ്യസന്ധ്യകള്‍ സംഘടിപ്പിച്ചിരുന്നു. ചിലര്‍ കവിയരങ്ങ് എന്ന പേരാണ് ഉപയോഗിച്ചിരുന്നത്. കടമ്മനിട്ട രാമകൃഷ്ണന്റെയും തുടര്‍ന്നു ഡി വിനയചന്ദ്രന്റെയും കാവ്യാലാപന സമ്പ്രദായമാണ് കവിസമ്മേളനങ്ങള്‍ക്ക് 'അരങ്ങ്' സ്വഭാവം പകര്‍ന്നത്. ജി, അക്കിത്തം, വൈലോപ്പിള്ളി, പാലാ, അയ്യപ്പപ്പണിക്കര്‍, ഒ എന്‍ വി, സുഗതകുമാരി, പതുശ്ശേരി, എന്‍ കെ ദേശം, കിളിമാനൂര്‍ രമാകാന്തന്‍, വിഷ്ണുനാരായണന്‍ നമ്പൂതിരി, നീലമ്പേരൂര്‍ എസ് രമേശന്‍, പഴവിള രമേശന്‍, സി ജെ മണ്ണുമ്മൂട്, ശ്രീധരനുണ്ണി, പി നാരായണക്കുറുപ്പ്, കാവാലം, വി മധുസൂദനന്‍ നായര്‍, ഏഴാച്ചേരി, പ്രഭാവര്‍മ്മ, കുരീപ്പുഴ, ചുള്ളിക്കാട്, വിജയലക്ഷ്മി, കുഞ്ഞപ്പപട്ടാന്നൂര്‍, ഗിരീഷ് പുലിയൂര്‍ തുടങ്ങി ഒപ്പം കവിസമ്മേളനങ്ങളില്‍ പങ്കെടുത്ത കവികളുടെ ഒരു നീണ്ട നിര എന്റെ ഓര്‍മ്മയുടെ പൂവനത്തില്‍ തിളങ്ങിനില്‍ക്കുന്നു. കവിസമ്മേളനങ്ങളുടെ ഒരു കൊയ്ത്തുകാലം തന്നെയായിരുന്നു കഴിഞ്ഞത്.

കവിസമ്മേളനം ഓരോന്നിലും പുതിയ കവിത അവതരിപ്പിക്കാന്‍ ഞാന്‍ അന്ന് ശ്രദ്ധിച്ചിരുന്നു. ഏതെങ്കിലും സാമൂഹിക പ്രശ്നത്തെ വിമര്‍ശിക്കുന്ന ഹാസ്യകവിതയായിരിക്കും ഓരോന്നും. ഇന്ന് ഇയാള്‍ കൈകാര്യം ചെയ്യുന്നതെന്തായിരിക്കും എന്ന ജിജ്ഞാസയോടെ എന്റെ

ഈഴത്തിനു ശ്രോതാക്കൾ നോക്കിയിരുന്നു. ശബ്ദമാധുര്യമോ, ആലാപ നമികവോ ഒന്നുമായിരുന്നില്ല കവിസമ്മേളനങ്ങളിൽ എന്റെ കവിതയെ ശ്രദ്ധേയമാക്കിയത്. നേരേമറിച്ച് അതിന്റെ ഉള്ളടക്കവും ഉള്ളടക്കത്തിന്റെ ഹാസ്യാത്മകമായ അവതരണവുമായിരുന്നു. അക്കാര്യത്തിൽ ഞാൻ ഒറ്റ യാനുമായിരുന്നു. ആവിഷ്കാരധൈര്യത്തോടെ പദവിയും പത്രാസും നോക്കാതെ എനിക്കു തെറ്റെന്നു മനസ്സാക്ഷിയിൽ തോന്നുന്ന കാര്യങ്ങൾ തുറന്നടിച്ചുപോന്നു. ഈ സത്യസന്ധതയ്ക്ക് സഹൃദയലോകം നല്കിയ അംഗീകാരം പ്രതീക്ഷകളെ വെല്ലുന്നതായിരുന്നു. ആത്മപ്രശംസാപര മായി പോകുമെന്നതിനാൽ ഈ വിഷയം മലയാള കവിതയിലെ 'ഒറ്റയാൾ പട്ടാളം' ഇവിടെ നിറുത്തട്ടെ.

ത്രൈയംബകം വില്ലൊടിച്ച് ശ്രീരാമൻ സീതയെ വേട്ടക്കാര്യം പഠി പ്പിക്കുന്ന ക്ലാസിലേക്ക് ഇൻസ്പെക്ടർ കയറിച്ചെന്ന് ആരാണു വില്ലൊടി ച്ചത് എന്ന് ഒരു കുട്ടിയോടു ചോദിക്കുകയും, താൻ അല്ല വില്ലൊടിച്ച തെന്നു കുട്ടി ഉത്തരം പറയുകയും ചെയ്ത ഒരു ഫലിതബിന്ദു എവി ടെയോ ഞാൻ വായിച്ചു. അവിടെ വിദ്യാർത്ഥിയുടെ നിലവാരമാണു തെളി യുന്നത്. അവനെ പഠിപ്പിച്ച അദ്ധ്യാപകന്റെ നിലവാരത്തെക്കുറിച്ചായി എന്റെ ചിന്ത. മേലദ്ധ്യാപകരും വിദ്യാഭ്യാസരംഗം കൈകാര്യം ചെയ്യുന്ന ഉദ്യോഗസ്ഥരും, വകുപ്പും, മന്ത്രിയും സർക്കാരുമെല്ലാം ചക്കിക്കൊത്തച കരന്മാരാണല്ലോ എന്ന ചിന്ത എന്റെ മനസ്സിൽ ബലവത്തായി.

ഇന്റർമീഡിയറ്റ് കോഴ്സ് രണ്ടുവർഷം, കോളേജിൽ നിന്നു സ്കൂൾ തലത്തിലേക്കു കൊണ്ടുവരേണമോ? രണ്ടുവർഷത്തെ ഇന്റർമീഡിയറ്റും രണ്ടുവർഷത്തെ ഡിഗ്രിയും ഉടച്ച് ഒരു വർഷത്തെ പ്രീഡിഗ്രിയും മൂന്നു വർഷത്തെ ഡിഗ്രി കോഴ്സും ആക്കുക. നാലുവർഷവും കോളേജ് തല ത്തിലായിരുന്നെങ്കിൽ, പ്രീഡിഗ്രി സ്കൂൾതലത്തിലാക്കുക, വീണ്ടും ഉടച്ച് രണ്ടു കൊല്ലത്തെ പ്ലസ് റ്റു സ്കൂൾതലത്തിലും, മൂന്നു കൊല്ലത്തെ ഡിഗ്രി കോളേജ് തലത്തിലും ആക്കുക. കോളേജ് ലവലിൽ മാതൃഭാഷാ പഠനം വേണ്ടെന്നും വേണമെന്നും.... ഇങ്ങനെ പഞ്ചായത്തംഗങ്ങൾ മുതൽ വിദ്യാ ഭ്യാസവുമായി മുള്ളിത്തെറിച്ച ബന്ധം മാത്രമുള്ളവർ എടുത്ത ഉന്നത വിദ്യാഭ്യാസരംഗത്തെ തീരുമാനങ്ങൾ കേരളത്തിലെ വിദ്യാഭ്യാസ രംഗം ആകെ കുഴക്കിയ ഒരു കാലമുണ്ടായിരുന്നു. സർക്കാരും സ്വകാര്യമാനേ ജുമെന്റുകളും യഥാസമയം തുറുപ്പുചീട്ടിറക്കിക്കളിച്ചു. ടി എം ജേക്കബ് മന്ത്രിയിരുന്ന കാലത്ത് വിദ്യാഭ്യാസ രംഗത്തു നടന്ന കോലാഹലങ്ങൾ അല്പമൊന്നുമായിരുന്നില്ല. 'ഒടിഞ്ഞ വില്ല്' ഇതെല്ലാം വിമർശിക്കുന്നു.

'സീതാസ്വയംവരം!' എന്ന പാഠം കുട്ടികളെ നാലഞ്ചു മിനിട്ടു പഠി പ്പിച്ചിട്ട് പാഠം കുട്ടികളോട് തുടർന്നു വായിക്കാൻ പറഞ്ഞ് അദ്ധ്യാപകൻ ബീഡി വലിക്കുവാൻ പോകുന്നതോടെ അദ്ധ്യാപകന്റെ നിലവാരം വ്യക്ത മാകുന്നു. ദ്രോഹിയായ ഇൻസ്പെക്ടർ വിദ്യാലയ പരിശോധനയ്ക്കെ ത്തുന്നത് ഈ സമയത്താണ്.

"ഓടിയെത്തുന്നുടൻ വാദ്ധ്യാർ, നിശ്ശബ്ദത

യോടിയെത്തുന്നുടൻ ക്ലാസിലെങ്ങും."

രാജന്റെ നേരെ കൈചൂണ്ടി ഇൻസ്പെക്ടർ ചോദിച്ചു: ത്രൈയം ബകം വില്ലൊടിച്ചതാരാണ്?"

ഞാൻ കേട്ടിട്ടുള്ള നാടൻകഥയിലെപ്പോലെ രാജനെക്കൊണ്ടു പറ യിപ്പിക്കുന്ന മറുപടി 'ഞാനല്ല സാർ' എന്നാണ്.

മുറിബീഡിയും കളഞ്ഞ് ഓടിയെത്തി ഇൻസ്പെക്ടറുടെ മറപറ്റി നില്ക്കുന്ന അദ്ധ്യാപക വിരുതൻ ഇൻസ്പെക്ടറോട് രാജൻ നല്ല ഒരു പയ്യനാണ്. അവൻ തീർച്ചയായും വില്ലൊടിക്കില്ല സാർ" എന്നു പറയുന്ന തോടെ പാഠ്യവിഷയത്തിൽ അദ്ധ്യാപകനുള്ള ഗ്രാഹ്യം ബോദ്ധ്യമാകുന്ന ശ്രോതാക്കൾ ആർത്തു ചിരിക്കുന്നു.

മേലേക്കിടയിലുള്ള അദ്ധ്യാപകരും മോശമല്ല എന്നു കാണിക്കുന്ന താണ് ഒടിഞ്ഞ വില്ലിലെ അടുത്തപടി. എന്തോ പന്തികേടുണ്ടെന്നു മന സ്സിലാക്കി ക്ലാസിൽ ഓടിയെത്തിയ ഹെഡ്മാസ്റ്റർ കാര്യമറിഞ്ഞപ്പോൾ ഇൻസ്പെക്ടരോടു പറയുന്നതിതാണ്: "ഇവിടെ ഒരു കുഞ്ഞും ഇതേ വരെ വില്ലൊടിച്ചിട്ടില്ല."

"തെറ്റിദ്ധരിച്ചതാകും ഭവാൻ, സംഭവം
മറ്റൊരു സ്കൂളിലേതായിരിക്കാം!"

ന്യായസ്ഥരായ ചില ഉദ്യോഗസ്ഥരുമുണ്ടല്ലോ. ഇൻസ്പെക്ടർ അതി ശക്തമായി മൂർച്ചയുള്ള വാക്യങ്ങളിൽ തന്നെ സ്കൂളിന്റെ നിലവാരം റിപ്പോർട്ടു ചെയ്തു. റിപ്പോർട്ട് റാകിപ്പറക്കുന്ന പരുന്തുപോലെ പല ഇട ങ്ങളിലും തട്ടിമുട്ടി മന്ത്രിയുടെ മുന്നിൽ എത്തുന്നു.

'റാകിപ്പറക്കൽ' ഉപയോഗിച്ചതിനും ധനിയുണ്ട്.

"റാകിപ്പറക്കുന്ന ചെമ്പരുന്തേ,
നീയുണ്ടോ മാമാങ്കവേല കണ്ടു?" എന്ന ചിരപുരാതനമായ നാടൻപാട്ട്, അന്നത്തെ വിദ്യാഭ്യാസമന്ത്രിയായിരുന്ന ടി എം ജേക്കബി ന്റെയും ചില ഉദ്യോഗസ്ഥരുടെയും ബുദ്ധിവൈഭവത്താൽ, ചുറ്റിപ്പറക്കുന്ന ചെമ്പരുന്ത്' എന്നു തിരുത്താൻ ഒരു ശ്രമം നടന്നതു വിവാദമായിരുന്നു. അതിനാൽ പ്രസ്തുത ഈരടി ദീർഘമായ കൈയടികളോടെ കേൾവി ക്കാർ ആസ്വദിച്ചു പോന്നു.

വിമർശഹാസ്യ കവിത ഫലപ്രദമാകണമെങ്കിൽ നല്ല ഒരു സാറ്ററി ക്കൽ പര്യവസാനം വേണം. അത് ഒത്തുകിട്ടി. റിപ്പോർട്ടു ചുറ്റിക്കറങ്ങി വിദ്യാഭ്യാസ മന്ത്രിയുടെ അടുത്തെത്തുന്നു. മന്ത്രി എന്തു നടപടി കൈക്കൊള്ളും? തീർച്ചയായും അദ്ധ്യാപകനും വിദ്യാലയത്തിനും അനു കൂലമാവുകയില്ല. അങ്ങനെ പേടിച്ചിരിക്കുമ്പോൾ ഹെഡ്മാസ്റ്റർക്കു മന്ത്രി മഹാശയനിൽ നിന്നുള്ള തീരുമാനം എത്തുന്നു. ആകാംക്ഷയ്ക്കും ഭീതിക്കും അറുതിവരുത്തിക്കൊണ്ട് മന്ത്രിതല തീരുമാനം ഇങ്ങനെ വായി ക്കുന്നതോടെ ഏതു സദസ്സും ആർത്തുചിരിക്കുന്നു.

"ആരുടെ വില്ലെന്നറിയുവോളം വില്ലു
സ്റ്റോറിൽ സൂക്ഷിക്കുക, ബി കെയർഫുൾ

ഒട്ടുമേ ശിക്ഷിക്കുവാനിടയാകൊലാ
തെറ്റുചെയ്യാത്തൊരു കുട്ടിയേയും."

പ്രധാനമായ ഒരു വിദ്യാഭ്യാസതത്ത്വത്തോടെ അവസാനിക്കുന്ന ഈ കവിതയ്ക്ക് ആദ്യം പേരിട്ടിരുന്നതും, ആനുകാലികത്തിൽ പ്രസിദ്ധീക രിച്ചതും 'ത്രൈയംബകം' എന്നായിരുന്നു. എന്നാൽ അതു പിന്നീട് 'ഒടി ഞ്ഞവില്ല്' എന്ന പേരിലാക്കി. പുസ്തകത്തിൽ ആ പേരിലാണ് കവിത വന്നിട്ടുള്ളത്. നമ്മുടെ വിദ്യാഭ്യാസ പദ്ധതി തന്നെ ഒരു 'ഒടിഞ്ഞവില്ലാ' ണെന്ന ധ്വനി കൂട്ടിനെത്തും എന്ന വിചാരമാണ് ആ പേരു നല്കാൻ കാരണം. ഇന്നും സഹൃദയസദസ്സിൽ അവതരിപ്പിച്ചാൽ ഈ കവിതയ്ക്കു നല്ല സ്വീകരണം കിട്ടുന്നുണ്ട്.

(ഒടിഞ്ഞവില്ല്. 1983 നവംബർ 24)

സീരിയൽ ലഹരി

ഞാനും ഭാര്യയും തമ്മിൽ വഴക്കു കൂടിയ ഒരു സംഭവമാണ് 'സീരി യൽ മാല' എന്ന കവിതയുടെ ജനനത്തിനാധാരം. രാത്രി 7.45 മണിയാ യിട്ടുണ്ട് ഒരു സമ്മേളനത്തിനു പോയി ദീർഘയാത്രയും കഴിഞ്ഞു വീട്ടി ലെത്തുമ്പോൾ ബല്ലടിച്ചിട്ടു പതിവുപോലെ ഭാര്യ വന്നു വാതിൽ തുറ ക്കുന്നില്ല. ആകാംക്ഷാഭരിതനായ ഞാൻ ജനലിലൂടെ അകത്തേയ്ക്കു നോക്കുമ്പോൾ, കുഴപ്പമൊന്നുമില്ല, ഭാര്യയിരുന്നു ടി വി കാണുന്നുണ്ട്. ഞാൻ വീണ്ടും നീണ്ടു നില്ക്കുന്ന ബല്ലടിച്ചപ്പോൾ ഭാര്യ വന്നു വാതിൽ തുറന്നു. എന്റെ ശക്തിയായ ശകാരത്തിനൊടുവിൽ കേട്ട മറുപടി ഇതാ യിരുന്നു. "ഒരു പെണ്ണു വഴക്കിട്ട് ഏഴുനില മാളികയുടെ ടെറസ്സിൽ നിന്നു താഴോട്ടു ചാടുവാൻ തുടങ്ങുന്നു. ചാടുമോ എന്നറിയാൻ ഒരല്പം കാത്തി രുന്നുപോയതാണ്." ക്ഷണാപണസ്വരത്തിലുള്ള അവളുടെ മറുപടി എന്റെ ദേഷ്യം ശമിപ്പിച്ചു.

"എന്നിട്ടു ചാടിയോ?" ഞാൻ ചോദിച്ചു.

"എവിടെ ചാടാൻ? ആഞ്ഞി തൂങ്ങി കാണികളുടെ ആയുസ്സുകളയു കയാ. അതിലും നല്ലതു വാതിലു തുറക്കുന്നതാണെന്നു നിശ്ചയിച്ചു."

ഒരു പാടു വീടുകളിൽ ഇങ്ങനെ ആളുകൾ, പ്രത്യേകിച്ചും സ്ത്രീകൾ, ടി വി സീരിയലുകളിൽ ലയിച്ചിരിക്കുന്നതു നിത്യസംഭവമാണ്. പിന്നെ മറ്റൊന്നും അറിയുകയില്ല. അത്ര ഏകാഗ്രതയാണ്. വാതിൽ അടച്ചെന്നും വരാം ഇല്ലെന്നും വരാം. അതിരുകടന്ന ഈ ടെലിവിഷൻ സീരിയൽ ജ്വരം വിമർശന വിധേയമാക്കിയതാൻ 'സീരിയൽ മാല' എന്ന കവിത

"ബെല്ലടിച്ചേറെ നേരമായിട്ടും
വല്ലഭ തുറക്കുന്നില്ല വാതിൽ"

എന്നു തന്നെയാണു കവിത തുടങ്ങുന്നത്. ആകാംക്ഷാഭരിതനായി

ജനലിലൂടെ നോക്കുമ്പോൾ ഭാര്യ ടി വി സീരിയലിൽ ലയിച്ചു കണ്ണീരൊ ലിപ്പിച്ചിരിക്കുന്നതാണു കാണുന്നത്. വീണ്ടും ബല്ലടിച്ചിട്ടും വന്നു വാതിൽ തുറക്കാതെ കല്ലുപോലിരിക്കുകയാണ് ഭാര്യ.

സീരിയൽ തീർന്നതോടെ ഭാര്യ വന്നു വാതിൽ തുറന്നു. പരമശാന്ത നെന്ന് ആളുകൾ പുകഴ്ത്താറുള്ള ഭർത്താവിന്റെ കൈ ഭാര്യയുടെ കവി ളിൽ പതിഞ്ഞു. "കരയുന്നതിന് പൊന്നു ഭാര്യേ, ഒരു കാരണം വേണ്ടേ?" അയാൾ പറഞ്ഞു.

തെറ്റ് പ്രേയാന്റെ പക്ഷത്താണെന്നു സ്ഥാപിക്കുന്നമട്ടിൽ ഭാര്യ പറ ഞ്ഞു. "വാതിൽ ഞാൻ കുറ്റിയിട്ടിട്ടില്ലായിരുന്നു." പ്രതിസ്ഥാനത്തായ ഭർത്താവ് മറുപടി കൊടുത്തു. "വാതിൽ കുറ്റിയിടാതെ ടി വി യിൽ ലയി ച്ചിരുന്നു സീരിയൽ കണ്ടതിനാണ് ഞാൻ അടിച്ചത്." ഭർത്താവ് തെറ്റു ചെയ്തതും പോരാ, തന്നെ സാധൂകരിക്കാൻ ശ്രമിക്കുക കൂടി ചെയ്യു ന്നതു കണ്ടപ്പോൾ ഭാര്യയുടെ കരച്ചിൽ കൂടി.

ആ സമയം ഭർത്താവ് തന്റെ കൈവശമുള്ള ബാഗിൽ നിന്നും ഏതാണ്ട് അഞ്ചുപവൻ വരുന്ന ഒരു സ്വർണ്ണമാലയെടുത്ത് ഭാര്യയുടെ കഴു ത്തിലിട്ടു. അതോടെ ഭാര്യയുടെ കരച്ചിൽ ചിരിയായി മാറിയെന്നു മാത്രമ ല്ല, ഭർത്താവ് പ്രിയപത്നിയുടെ കരവലയത്തിലമരുകയും ചെയ്തു.

ഭാര്യ തയ്യാറാക്കിക്കൊണ്ടുവന്ന ചുടുചായ ഊതിയൂതികുടിച്ചു കൊണ്ട് ഭർത്താവ് സ്വർണ്ണമാലയുടെ ജാതകം വിവരിച്ചു. "ഓഫീസിൽ നിന്നു വരുന്നവഴിക്ക് കാറുനിറുത്തി ഇന്ന് നിന്റെ വീട്ടിൽ ഒന്നു കയറിയിട്ടാണു ഞാൻ വരുന്നത്. ഞാൻ ചെല്ലുമ്പോൾ എന്റെ മദർ–ഇൻ –ലോ നിന്റെ അമ്മ, മനസ്സുലയിച്ച് ടി വിയിൽ സീരിയൽ കാണുകയായി രുന്നു. വാതിൽ തുറന്നുകിടക്കുന്നു. ഞാൻ ചെന്നതറിയാതെ അമ്മ ദൃശ്യ ങ്ങൾക്കൊത്തു കരഞ്ഞും ചിരിച്ചും ടി വിയിൽ കണ്ണുംനട്ട് ഇരിക്കുകയാ ണ്. ഞാൻ പിന്നിലൂടെ ചെന്ന് അമ്മയുടെ കഴുത്തിൽ കിടക്കുന്ന സ്വർണ്ണ മാലയുടെ കൊളുത്തുരിയിട്ടും, മാല പതുക്കെ വലിച്ചെടുത്തിട്ടും അമ്മ അറിഞ്ഞതേയില്ല. വാതിൽ നീ കുറ്റിയിട്ടിട്ടില്ലെന്ന് അറിഞ്ഞിരുന്നെങ്കിൽ നീ അറിയാതെ ഈ മാല എനിക്കു നിന്റെ കഴുത്തിലിടാമായിരുന്നു. ഏതാ യാലും ഈ മാല അമ്മയ്ക്കെന്നതു പോലെ പുത്രിക്കും നല്ല ചേർച്ച തന്നെ!"

അപമാനിതയായ ഭാര്യ മാലയൂരി ഭർത്താവിന്റെ മുഖത്തേയ്ക്കെറി ഞ്ഞു. ഭാര്യയുടെ അടുത്ത കവിൾ കൂടി ഭർത്താവിന്റെ കൈയുടെ ചുടറി യുന്നതോടുകൂടി കവിത അവസാനിക്കുന്നു.

'ഞാൻ' പ്രധാനകഥാപാത്രമായി നിന്നാണ്, പ്രഥമപുരുഷനായിനി ന്നാണ് ഈ കവിത രചിച്ചിട്ടുള്ളത്. അത് കൂടുതൽ സ്വാഭാവികത സംഭ വത്തിനു നല്കാൻ സഹായിക്കുന്നു. ഇതു നടന്ന സംഭവമാണോ എന്ന് അക്കാലത്ത് ചിലർ എന്നോടു ചോദിച്ചിട്ടുണ്ട്. ചില ഭാവന യാഥാർത്ഥ്യത്തെ കടത്തിവെട്ടും.

(സീരിയൽ മാല– 2005 ഫെബ്രുവരി 22)

നാട്ടുനടപ്പായി കഴിഞ്ഞു

ജെ ലളിതാംബിക ഐ എ എസ് നർമ്മരസം കലർന്ന ലേഖന ങ്ങൾ എഴുതുന്നതിൽ വിദഗ്ദ്ധയാണ്. അതിൽ ഒന്നിലെ ഒരു കാല്പനിക സംഭവവിവരണം എന്റെ ശ്രദ്ധ പിടിച്ചു പറ്റി. ചെറിയ സംഭവമാണെങ്കിലും ഉദ്യോഗസ്ഥവൃന്ദത്തിലെ ചുമതലാരാഹിത്യവും ധിക്കാരമനോഭാവവും അതിൽ ശരിക്കും നിഴലിക്കുന്നുണ്ട്. തങ്ങളുടെ ജോലി നിർവ്വഹിക്കുന്ന തിൽ ഒരു താല്പര്യവുമില്ല. തടിച്ച ശമ്പളം പറ്റുന്നതിൽ മടിയുമില്ല. താഴ്ന്ന ഉദ്യോഗസ്ഥരുടെയും നിലപാട് ഇതാണ്. ഏതെങ്കിലും ഉദ്യോഗം ലഭിച്ച് ഹാജർ പുസ്തകത്തിൽ ഒരു ഒപ്പിട്ടുപോയോ, പിന്നെ പൊതു ജനങ്ങ ളുടെ മേധാവിയാണ് എന്ന ചിന്തയാണ് ഉണരുക. ബഹുജനങ്ങൾ നല്കുന്ന നാനാവിധവിഹിതങ്ങളാണ് ഖജനാവിൽ നിന്നുതങ്ങൾക്കു ലഭി ക്കുന്ന ശമ്പളമെന്നും അതിനാൽ തങ്ങൾ ജനങ്ങൾക്കു വിധേയരായിരി ക്കേണ്ടവരാണെന്നും ചിന്തിക്കേണ്ടവരാണ് ഇങ്ങനെ ചെയ്യുന്നത്. ഇതു നാട്ടുനടപ്പായിപ്പോയി.

ഉദ്യോഗസ്ഥരുടെ അധികാരഗർവ്വത്തിനു നേരെ ചാട്ടുളി എറിയുന്ന സംഭവത്തിൽത്തന്നെ ഹാസ്യമുണ്ട്. വിമർശഹാസ്യകവിതയ്ക്ക് ഇത് ഏറ്റവും ഉതകിയ പ്രതിപാദ്യമാണെന്ന ബോധത്തിൽ ഞാൻ അതു കവി തയാക്കി. കവിസദസ്സുകളിൽ ധാരാളമായി ഞാൻ അവതരിപ്പിക്കുകയും കൈയടി വാങ്ങുകയും ചെയ്തിട്ടുള്ള കവിതയാണ് 'നാട്ടുനടപ്പ്'. ഒരു നാടൻ കഥയുടെ മുഖച്ഛായയുമുണ്ട് പ്രമേയത്തിന്. അതിനാൽ വേഗം ശ്രോതാക്കളിൽ ഏശുകയും ചെയ്യും. എവിടെ തുടങ്ങണം, എങ്ങനെ തുട ങ്ങണം എന്ന ആലോചന മനസ്സിൽ ഇടംപിടിച്ചു

"രണ്ടു നാളായ് റോഡിലൊരു
പട്ടി ചത്തു കിടക്കുന്നു
കൊണ്ടുപോകാനാരുമില്ല
കോർപ്പൊറേഷനിൽ!"

എന്ന തുടക്കം അയത്നലളിതം മനസ്സിൽ ഉദിക്കുകയായിരുന്നു. നതോന്നത (വഞ്ചിപ്പാട്ട്) വൃത്തം പോലും ഞാനറിയാതെ കയറി വന്നതാണ്. കൊച്ചിപോലെ പ്രവർത്തനക്ഷമമായ ഒരു നഗരസഭയിലെ ചുമതലക്കാരൻ പ്രതിസ്ഥാനത്തു വരട്ടെ എന്നതൊക്കെ മനസ്സിന്റെ അടി അട്ടിൽനിന്നും ഊറിക്കൂടിയതാകണം.

കോർപ്പറേഷൻ ഭാഗങ്ങളിൽ വന്നുപെടാവുന്ന അനാമത്തുകളെ യൊക്കെ ദുരീകരിക്കാൻ ജോലിക്കാരുണ്ട്. അവർക്കു നല്ല ശമ്പളവുമു ണ്ട്. അവർ ചെയ്യുമെന്ന പ്രതീക്ഷയും ചെയ്യട്ടെ എന്ന മനോഭാവവും കൊണ്ട് വഴിയാത്രക്കാർ മൂക്കുംപൊത്തിക്കടന്നുപോകുന്നതല്ലാതെ പട്ടി യുടെ മൃതദേഹം മാറ്റാനുള്ള നടപടിയൊന്നും കൈക്കൊള്ളുന്നില്ല. വരി ഷ്ഠമായ നഗരത്തിന്റെ സ്ഥിതിവിശേഷം! ചത്തപട്ടിക്കു മണം പിടിക്കുന്നു.

ഒരു പുരോഹിതൻ ഈ കഥയിലെ കോർപ്പറേഷൻ ജീവനക്കാരന്റെ എതിർ കഥാപാത്രമാണ്. അതുകൊണ്ട് പട്ടിചത്തു കിടക്കുന്നത് ഒരു പള്ളിക്കു മുന്നിലാകട്ടെ എന്നു നിശ്ചയിച്ചു. സദുദ്ദേശ്യപ്രേരിതനായി പള്ളി യിലെ പുരോഹിതൻ ചുമതലക്കാരനായ ഉദ്യോഗസ്ഥന്റെ ഫോൺ നമ്പർ കണ്ടു പിടിച്ച് വിളിച്ച് വിവരം പറഞ്ഞു. കോർപ്പറേഷനിലെ ക്ലാസ് ഫോർ ഉദ്യോഗസ്ഥന്റെ ധിക്കാരസാഹസം ഇങ്ങനെ പുറത്തുവന്നു:

"അതിനച്ചോ, സ്വന്തനാട്ടിൽ മരിച്ചോർതൻ കാര്യമെല്ലാം
വിധിപോലെ പുരോഹിതരല്ലി നോക്കേണ്ടു!"

അറിയിച്ചാലും ആവശ്യപ്പെട്ടാലും സ്വന്തം ചുമതല നിർവ്വഹിക്കാത്ത ഉദ്യോഗസ്ഥരാണല്ലോ നാട്ടിൽ അധികവും.

പക്ഷേ, പുരോഹിതൻ മോശക്കാരനായിരുന്നില്ല. പ്രത്യുല്പന്നമതി ത്വത്തിന്റെ ഉടമയായ അദ്ദേഹം ഇങ്ങനെ തിരിച്ചടിച്ചു: "പ്രിയ സ്നേഹി താ, താങ്കൾ പറഞ്ഞതിൽ കുറേ കാര്യമുണ്ട്. ഞാൻ സമ്മതിക്കുന്നു. പക്ഷേ, ആരെങ്കിലും മരിക്കുമ്പോൾ അടുത്ത ബന്ധുവെ വിവരം അറിയി ക്കുക എന്നത് ഒരു നാട്ടുനടപ്പല്ലേ? അതുകൊണ്ട് ഞാൻ വിളിച്ചെന്നേ യുള്ളൂ ക്ഷമിക്കണം."

അടിയേറ്റ അധികാരഗർവ്വം ഫോൺ താഴെ വച്ചു. ഫോണിലൂടെ വാക്കുകൾ കൊണ്ടുള്ള അടിപോരാ, നേരിട്ട് ചൂരൽവടി കൊണ്ടുള്ള പ്രയോഗം തന്നേ വേണ്ടിവരുന്ന ഗതികേടിലേക്കാണ് നാടിന്റെ പോക്ക്. കൂലി ചോദിക്കാൻ മുന്നിൽ നീളുന്ന നാക്കും, വേലചെയ്യാൻ പിന്നിൽ കെട്ടിയ കരങ്ങളുമുള്ള നാട് എങ്ങനെ അഭിവൃദ്ധിപ്പെടും?

ഈ കവിത കേട്ട പല പുരോഹിതരും ഇതിന്റെ കോപ്പി ആവശ്യ
പ്പെട്ടു വാങ്ങിക്കൊണ്ടുപോയിട്ടുണ്ട്. മനോധർമ്മമനുസരിച്ച് അവർ പള്ളി
പ്രസംഗത്തിൽ പ്രയോഗിച്ചിട്ടുണ്ടാവും. 'നാട്ടുനടപ്പ്' അവതരിപ്പിക്കണ
മെന്ന് ചില കവിസമ്മേളനങ്ങൾക്കു ചെല്ലുമ്പോൾ എന്നോട് ആവശ്യപ്പെ
ടുന്നവരുമുണ്ട്. അവരുടെ ഹാസ്യബോധത്തെ സന്ദർഭത്തിന്റെ ഔചിത്യ
മനുസരിച്ച് ആദരിക്കാറുമുണ്ട്.

(നാട്ടുനടപ്പ്: 1996 ആഗസ്ത് 13)

തല തിരിഞ്ഞ ശിക്ഷ

താനോ പഠിച്ചില്ല. എല്ലാ സൗകര്യങ്ങളും ഉണ്ടായിട്ടും അതെല്ലാം കളഞ്ഞു കുളിച്ചു. മുതിർന്ന് സ്വയം ജീവിതയാഥാർത്ഥ്യങ്ങളെ നേരിടേണ്ടി വന്നപ്പോഴാണ് വിദ്യാഭ്യാസത്തിന്റെ വിലയറിയുന്നത്. പഠിപ്പില്ലായ്മയുടെ ക്ഷീണത്താൽ തല കുനിച്ചിരിക്കേണ്ടി വരുമ്പോഴാണ് പഠനം ഉഴപ്പിയ തിന്റെ പശ്ചാത്താപം ഉച്ചകോടിയിലെത്തുന്നത്. തന്റെ മകനെങ്കിലും ഈ ഗതി വരരുതെന്ന് അയാൾ കരുതി. അതിനാൽ മകന്റെ പഠനത്തിൽ അയാൾ അതീവ ജാഗ്രത പുലർത്തി. സദാസമയവും മകന് പഠനം തന്നെ പഠനം. കൂട്ടുകാരുമായി കളിക്കാൻ വിടുകയില്ല. അതിരാവിലെ കുത്തി എഴുന്നേല്പിക്കും. കുളിയും ഭക്ഷണവുമെല്ലാം ടൈം ടേബിൾ വച്ചാണ്. മിടുമിടുക്കനായിരുന്ന കുട്ടിക്കു പഠനം എന്നു കേട്ടാൽതന്നെ വെറുപ്പാ യി. പഠനത്തിൽ പിന്നോട്ടായി പോക്ക്. അതിനതിന് മകന് അടിയും ശിക്ഷ യും. എന്റെ ഒരു പരിചിതന്റെ വീട്ടിലെ കാര്യമാണു വിവരിച്ചത്.

പരിചിതനാണെങ്കിൽ വിദ്യാർത്ഥി രാഷ്ട്രീയത്തിന്റെ മുൻപന്തിക്കാര നായിരുന്നു. പഠിപ്പു മുടക്ക് തൊട്ടതിനെല്ലാം പ്രഖ്യാപിച്ചു. പഠനതല്പര രായ കുട്ടികളെക്കൂടി കുത്തിയിളക്കി പഠിപ്പു മുടക്കിനു പ്രേരിപ്പിച്ചു. പബ്ലിക്ക് പരീക്ഷയിൽ മൂന്നുപ്രാവശ്യം മൊട്ട നേടിയതോടെ പഠനപ്പണി നിറുത്തി. കൃഷി, കച്ചവടം, വ്യവസായം ഒന്നിലും താല്പര്യമില്ലാത്ത കാലു റയ്ക്കാത്ത ജീവിതം. അങ്ങനെ നാട്ടിലെ ഒരു പൊള്ള പ്രമാണി ചമഞ്ഞു നടക്കുന്നവൻ.

എന്റെ സ്നേഹിതൻ മാത്രമല്ല, ഇതുപോലുള്ള അനേകർ നാട്ടിലു ണ്ട്. എന്താണ് ഈ തലമുറയ്ക്ക് ഒരു മോചന മാർഗ്ഗം എന്നായി എന്റെ ചിന്ത. ഒരിടയ്ക്ക് സമരജ്വരം കുറഞ്ഞ വിദ്യാലയാന്തരീക്ഷം മെച്ചപ്പെടുന്ന ലക്ഷണം കണ്ടു. ലക്ഷ്യബോധത്തോടെ പഠിച്ചു മിടുക്കരാകുന്ന പിൻത

ലമുറ, വഴിതെറ്റിത്തിരിഞ്ഞു നടക്കുന്ന മുൻതലമുറയെ തിരുത്താൻ പ്രാപ്തരാകുമെങ്കിൽ അത് ഒരു മോചനമാർഗ്ഗമാകും. നടപ്പുള്ള കാര്യമോ എന്തോ?

മെച്ചപ്പെട്ട പിൻതലമുറ, വിലകെട്ട മുൻതലമുറയെ തിരുത്തുന്ന ഒരു കവിതയെഴുതണം എന്ന ആശയം എന്റെ ഉള്ളിലുദിച്ചത് അങ്ങനെയാണ്. തലമുറകൾ ഏതു നിലവാരത്തിലുള്ളതു വേണം? ഒരു ശിശുവിന്റെ ശുദ്ധഹൃദയമാണ് എന്റെ ഉള്ളിൽ തോന്നിയത്. പിതാവ് വിദ്യാർത്ഥി സമരത്തിനായി പഠനകാലം തുലച്ചവനും. കുട്ടിയുടെ ചോദ്യത്തിനു മുന്നിൽ ബ്ലിങ്കി നില്ക്കുന്ന അച്ഛൻ. അച്ഛന് അറിവു പറഞ്ഞു കൊടുക്കുക മാത്രമല്ല ശിക്ഷ വിധിക്കുക കൂടി ചെയ്യുന്ന ഒരു കുട്ടിയായാൽ അതായിരിക്കും ഫലപ്രദം.

ഞാൻ പഠിച്ചകാലത്തെ പ്രൈമറിക്ലാസുകളിലേക്ക് ചിന്ത ഓടിപ്പോയി. അന്നത്തെ വലിയ ഒരു ശിക്ഷ ബഞ്ചിൽ കയറ്റി നിറുത്തുകയാണ്. ചോദ്യത്തിനുത്തരം പറഞ്ഞില്ലെങ്കിലോ, കുസൃതിത്തരം കാണിച്ചാലോ ഈ ശിക്ഷ കിട്ടിയെന്നിരിക്കും. വലിയ നാണക്കേടാണ് കുരുന്നു ഹൃദയങ്ങൾക്കു മുന്നിൽ ഈ ശിക്ഷ. അച്ഛനെ ബഞ്ചിന്റെ മുകളിൽ കയറ്റി നിറുത്തുന്ന കുട്ടി. സബാഷ്! കുട്ടി എന്തുചെയ്യണം? എങ്ങനെ പിതാവിനെ ശിക്ഷാർഹനാക്കും?

കുട്ടികൾ സ്വയം നല്ലവരാണ്. പഠനത്തിൽ ജാഗ്രതയുള്ള ഒരു കുട്ടി ഹോംവർക്കു ചെയ്യുമ്പോൾ സംശയവുമായി അച്ഛന്റെ അടുത്തു ചെല്ലുന്നു. അച്ഛന് നിശ്ചയമില്ല. കുട്ടി തനിക്കു നിശ്ചയമുള്ള ചില കാര്യങ്ങൾ അച്ഛന് പറഞ്ഞുകൊടുക്കുകയും തന്റെ ചോദ്യത്തിന് ഉത്തരം നല്കാത്ത അച്ഛന്റെ അറിവുകേടിന് ശിക്ഷ വിധിക്കുകയും ചെയ്യുന്നു. എന്തുശിക്ഷ? കുട്ടിക്കു പരിചയമുള്ള ഒരു ശിക്ഷയാകട്ടെ, അച്ഛനെ ബഞ്ചിൽ കയറ്റി നിറുത്തുക!

പിതാവിനെ ഏതെങ്കിലും ഒരു ജാതിക്കാരനോ ദേശക്കാരനോ ആക്കുന്നതിനെക്കാൾ ഞാൻ തന്നെ കഥാപാത്രമാകുന്ന ടെക്നിക്കാകും നന്ന് എന്നു തോന്നി. സ്വന്തം കുട്ടിയുടെ ശിക്ഷ ഏറ്റുവാങ്ങുന്ന പിതാവ് ഞാൻ അറിയാതെ തന്നെ എന്റെ ഉള്ളിൽ ധാരാളമായി ഉദിച്ചുയരുന്ന ടെക്നിക്ക് ആണുള്ളത്. അങ്ങനെയാണ്.

"ഗൃഹപാഠങ്ങൾ ചെയ്യു-
മെൻമകൻ നിജോത്സാഹ-
മികവാലടുത്തെത്തി-
യെന്നോടു ചോദിക്കുന്നു."
എന്നു കവിതയാരംഭിച്ചത്.

എന്തു ചോദിക്കണം? ഗഹനമായ കാര്യങ്ങൾ ഒന്നുമാകരുത്. എന്റെ പ്രൈമറി വിദ്യാഭ്യാസ കാലത്തിലേക്കു മനസ്സുതിരിഞ്ഞോടി. സ്വരാക്ഷരത്തിലും വ്യഞ്ജനാക്ഷരത്തിലും തുടങ്ങുന്ന വാക്കുകൾ എഴുതിച്ചതോർത്തു. സ്വരാക്ഷരം തന്നെയാകട്ടെ. എത്രയും സിമ്പിൾ. അങ്ങനെ

യാണ് കുട്ടി സ്വരാക്ഷരത്തിൽ തുടങ്ങുന്ന അഞ്ചുവാക്കുകൾ പറഞ്ഞു തരാൻ അച്ഛനോട് ആവശ്യപ്പെടുന്നത്.

നല്ല കളിയായി! രാഷ്ട്രീയത്തിന്റെ പാവയായി വിദ്യാലയജീവിതം ഹോമിച്ച പിതാവ്. അയാൾക്കുണ്ടോ സ്വരാക്ഷരവും വ്യഞ്ജനാക്ഷരവും? അറിവുകേടിന്റെ ക്രൂരിരുൾ തത്തിത്തല്ലുന്ന കുറ്റബോധത്തോടും നാണ ത്തോടും കൂടി അയാൾ മകനോടു ചോദിക്കുന്നു; "എന്താണെടാ, ഈ സ്വരാക്ഷരം?"

തെറ്റുകണ്ടാൽ അച്ഛനായാലും അമ്മാവനായാലും ഏതു പൊന്നു തമ്പുരാനായാലും തുറന്നു പറയുകയും ചോദ്യം ചെയ്യുകയും ചെയ്യുന്ന ഒരുതലമുറ ഇവിടെ വളർന്നു വരണം എന്നതാണ് എന്റെ ആഗ്രഹം. എന്റെ കവിതകൾ ചെയ്യുന്നത് അതാണല്ലോ. അച്ഛന്റെ അജ്ഞതയെ ഹാസ്യാ ത്മകമായി ചോദ്യം ചെയ്താൽ അതു കവിതയ്ക്കു നല്ല ഒരു സാറ്റരി ക്കൽ പര്യവസാനമാകുമല്ലോ. അതിനെന്താണു വഴി?

"അറിയില്ലയ്യയ്യയ്യേ!" എന്നു മകൻ പിതാവിനെ പുച്ഛിച്ചിട്ട് സ്വരങ്ങൾ അ, ആ, ഇ, ഈ..." എന്നുപറഞ്ഞുകൊടുക്കുന്നു. അച്ഛനായാലും കാര്യം തുറന്നു പറയണം എന്നു സ്ഥാപിക്കാനാണ്. "തിരുമണ്ടനാണച്ഛൻ." എന്ന കമന്റോടുകൂടി" വ്യഞ്ജനം ക, ഖ, ഗ, ഘ..." എന്നു പറഞ്ഞുകൊടുക്കു ന്നത്.

ചെറിയ കവിതയാണെങ്കിലും തകർപ്പൻ ഹാസ്യാത്മക പര്യവസാ നമുണ്ടെങ്കിൽ അതു ശോഭിക്കും. ഉത്തരം പറയാനാകാതെ നില്ക്കുന്ന അച്ഛന്റെ മുന്നിൽ കുട്ടി അവനറിയാതെ അദ്ധ്യാപകന്റെ പദവി കൈവരി ക്കുന്നു. ഉത്തരം പറയാത്ത കുട്ടിക്കു നാണം കെട്ട ശിക്ഷ വിധിക്കുന്ന ഒരദ്ധ്യാപകന്റെ നില മകൻ കൈവരിക്കുന്നു. അവനു സ്കൂളിൽ പരിച യമുള്ള ശിക്ഷ-ബെഞ്ചിന്റെ മുകളിൽ കയറ്റിനിറുത്തൽ വിധിച്ചാൽ കാര്യം ഗംഭീരമാകും. പക്ഷേ, ബെഞ്ചെവിടെ? അതിന് അമ്മയുടെ സഹായംതേ ടാമെന്നുവച്ചു. അങ്ങനെ അമ്മയേയും കഥാപാത്രമാക്കാം.

"ബഞ്ചൊന്നു മുറ്റത്തമ്മേ,
     കൊണ്ടിടു ചൊല്ലും വരേ
യ്ക്കഞ്ചുവാ, ക്കച്ചൻ കേറി-
     നില്ക്കട്ടെ ബഞ്ചിൻമോളിൽ!"

ഇതു കേൾക്കുന്നതോടെ ചുണ്ടു വിരിയാത്ത ശ്രോതാക്കൾ ചുരു ക്കമായിരിക്കും.

എന്റെ പല ചിന്തകളും ഭംഗ്യന്തരേണ ഒതുക്കാൻ കഴിഞ്ഞ ഈ 16 വരിക്കവിത ഒട്ടേറെ സദസ്സുകളിൽ ഞാൻ അവതരിപ്പിച്ചിട്ടുണ്ട്. അസാ ധാരണമായ ഒരു ശിക്ഷാസമ്പ്രദായം ഉൾക്കൊള്ളുന്നതിനാൽ കവിതയ്ക്ക് 'ശിക്ഷ' എന്നു തന്നെ പേരുകൊടുത്തു. ഇരുപതാം നൂറ്റാണ്ടിന്റെ ഉത്ത രാർദ്ധത്തിലെ എത്രയോ അച്ഛന്മാരുടെ പിടിപ്പുകേടിന്റെ പ്രതിനിധിയാണ് ഈ കവിതയിലെ 'ഞാൻ' ആയി പിൻതലമുറയുടെ 'ശിക്ഷ' ഏറ്റുവാ ങ്ങുന്ന അച്ഛൻ.

(ശിക്ഷ: 1976 ഏപ്രിൽ 30)

അമ്മ ഉണക്കശവമല്ല

എട്ടരപ്പതിറ്റാണ്ടു മുമ്പുള്ള കാലത്തെ കാര്യം എനിക്കറിയാം. കേര ളത്തിലെ ഹിന്ദുക്കളും ക്രിസ്ത്യാനികളുമെല്ലാം പെറ്റമ്മയെ വിളിച്ചിരു ന്നത് "അമ്മ" എന്നാണ്. മുസ്ലീമുകൾ 'ഉമ്മ' എന്ന പദമാണ് ഉപയോഗി ച്ചിരുന്നത്. പിതാക്കൾക്ക് ഹിന്ദുക്കൾ 'അച്ഛൻ' എന്നും ക്രിസ്ത്യാനികൾ 'അപ്പൻ' എന്നും മുസ്ലീമുകൾ 'ഉപ്പ' എന്നും വിളിപ്പേര് ഉപയോഗിച്ചിരുന്നു.

കേരളത്തിലെ വിദ്യാഭ്യാസരംഗത്ത് ശിശുക്കൾക്ക് എൽ കെ ജിയും യു കെ ജിയും ക്ലാസുകൾ ആരംഭിക്കുകയും, അവ നടത്താൻ നാടെങ്ങും സ്വകാര്യ വിദ്യാഭ്യാസ സ്ഥാപനങ്ങൾ ഉയരുകയും ചെയ്തു. അതോടെ പൈതങ്ങളുടെ വേഷത്തിലും ഭാഷയിലും ആഹാരത്തിലുമെല്ലാം വള രെയേറെ വ്യതിയാനങ്ങൾ സംഭവിച്ചു. അമ്മയ്ക്കു പകരം മമ്മിയും പിതാ വിന് ഡാഡിയും വിളിപ്പേരായി പ്രചരിച്ചു. മമ്മി-ഡാഡി സംസ്കാരത്തോ ടൊപ്പം, മലയാളം എന്ന മാതൃഭാഷയെ തൊഴുത്തിൽ കെട്ടുകയും വളർത്ത മ്മയായ ഇംഗ്ലീഷിനെ മാസ്റ്റർ ബഡ് റൂമിൽ കിടത്തി കാലുതിരുമ്മിക്കൊ ടുക്കുകയും ചെയ്യുന്ന സാംസ്കാരികാധപതനമാണ് നാട്ടിൽ സംഭവിച്ച ത്. വേഷവും വിദേശവല്ക്കരിക്കപ്പെട്ടു.

ഞാൻ ഹൈസ്കൂളിൽ പഠിക്കുമ്പോൾ ഭൂമിശാസ്ത്രം ഒരുവിഷയ മായിരുന്നു. ഈജിപ്തിനെക്കുറിച്ചും പിരമിഡുകളെക്കുറിച്ചും പഠിപ്പിച്ച റ്റി സി തോമസ് സാർ 'മമ്മി'കളെ കുറിച്ചും ഞങ്ങൾക്ക് അറിവു പകർന്നു തരികയുണ്ടായി. മൃതദേഹം രാസവസ്തുക്കൾ ഉപയോഗിച്ച് ഉണക്കി വയ്ക്കുന്നത് ഈജിപ്തിൽ നടപ്പിലിരുന്നു. അവയ്ക്ക് 'മമ്മി' എന്നാണു പറഞ്ഞിരുന്നത്. ചുരുക്കത്തിൽ 'മമ്മി' എന്നു പറഞ്ഞാൽ 'ഉണക്കശവം' എന്നാണ് ശരിക്കും അർത്ഥം. അപ്പോൾ "മമ്മീ എനിക്കു വിശക്കുന്നു; ചോറുതാ" എന്നു ഒരു കുട്ടി പറഞ്ഞാൽ "ഉണക്കശവമേ എനിക്കു വിശ ക്കുന്നു. ചോറു തരൂ." എന്നാണർത്ഥം. അമ്മ എന്ന ഒന്നാന്തരം പദം

കളഞ്ഞ് ഉണക്കശവത്തെ (മമ്മി) നെഞ്ചിലേറ്റുന്നത് എത്ര ആഭാസകര മായ ഒരു സാംസ്കാരികാധപതനമാണ്!

ഈ പ്രവണതയെ വിമർശനവിധേയമാക്കണമെന്നു കരുതി 1972 ജൂലായ് 7 ന് ഞാനെഴുതിയ കവിതയാണ് 'മമ്മി'. ഈ ആശയം പ്രമേയ മാക്കി ഒരു ഇതിവൃത്തം രൂപപ്പെടുത്താനായി മനസ്സിന്റെ ശ്രമം. പരിഷ്കാ രികളായ മക്കളും കൊച്ചുമക്കളും 'മമ്മി' എന്നും ഗ്രാൻഡ് മമ്മി' എന്നും വിളിക്കുന്ന പ്രായമായ ഒരമ്മ മനസ്സിലെത്തി. അവരുടെ മരണസമയത്ത് മമ്മി വിളി തകർത്ത്, അവസാനത്തെ ആഗ്രഹം ഏതെങ്കിലും സാധിക്കാ നുണ്ടോ എന്നു ചോദിക്കുന്ന മക്കളോട് "നിങ്ങൾ എന്നെ അമ്മേ എന്നു വിളിക്കുന്നതുകേട്ടു മരിച്ചാൽ കൊള്ളാം" എന്നു പറയിച്ചാൽ അതു നല്ല ഒരു ഇതിവൃത്തമാകും എന്നു തീരുമാനിച്ചു.

ആസന്നമരണയായിക്കിടക്കുന്ന വൃദ്ധയുടെ ചിത്രീകരണത്തോടെ കവിത തുടങ്ങാൻ പ്ലാനിട്ടു.

"മരിക്കാൻ കിടക്കുന്ന മുത്തശ്ശി, ചുറ്റും നോക്കി–
യിരിക്കാൻ തുടങ്ങിയിട്ടേറെയായ് വേണ്ടപ്പെട്ടോർ."

ദൂരെ ജോലിയിലുള്ള മക്കളും ചെറുമക്കളും എല്ലാം എത്തിച്ചേർന്നു. മലയായിൽ നിന്നു വന്ന മകൾ മമ്മിയോട് ഒന്നു കണ്ണുതുറക്കുവാൻ കര ഞ്ഞപേക്ഷിക്കുമ്പോൾ, പേരക്കുട്ടികൾ 'ഗ്രാൻമമ്മി'യെ അത്യുച്ചം വിളിച്ചു കരഞ്ഞു ചുറ്റും കൂടി നില്പാണ്. വിവരം കേട്ട് ഓടിയെത്തിയ നാട്ടു കാരും അന്തരീക്ഷത്തിലെ മമ്മി ലഹരിയിൽ ഒപ്പം ചേർന്നു വിളിച്ചു. "മമ്മീ മമ്മീ" മാസ് സൈക്കോളജി ആധാരം.

കെടാൻ പോകുന്ന വിളക്ക് ഒന്ന് ആളിക്കത്തൊാറുണ്ട്. അതുപോലെ നാലഞ്ചു നാളായി ഒറ്റക്കിടപ്പായിരുന്ന വൃദ്ധയ്ക്കു യമരാജന്റെ സൗജന്യം പോലെ ജീവചൈതന്യം. മേലനക്കുന്നു. ചുണ്ടനക്കുന്നു. കണ്ണുകൾ തുറ ക്കുന്നു. കണ്ടുനില്ക്കുന്നവരുടെ വിലാപം ഉച്ചസ്ഥായി പ്രാപിച്ചു താഴു മ്പോൾ നല്ല ബോധമായി വെള്ളവും കുടിച്ച് എന്തോ പറയുവാൻ പാടു പെടുന്ന മമ്മിയോട് കൈപിടിച്ചുമൊത്തിക്കൊണ്ട് ഒരു മകൾ ചോദിക്കുന്നു.

"ഞങ്ങളാൽ സാധിച്ചീടാനാശ വല്ലതുമുള്ളിൽ
തങ്ങി നിൽപ്പുണ്ടോ മമ്മീ, പറയൂ പ്രിയ മമ്മീ"

കരയുന്ന ജനങ്ങളുടെ നടുവിൽ കടന്നുവന്ന് മരണം നൃത്തം ചവി ട്ടുന്ന ചുണ്ടുകൾ അന്ത്യാഭിലാഷം ഇങ്ങനെ അറിയിക്കുകയായി:

"അമ്മ, എന്നൊരു വാക്കു വിളിക്കുന്നതു കേട്ടു
ജന്മമൊന്നൊടുങ്ങുവാൻ മക്കളേ, കൊതിപ്പൂ ഞാൻ!"

അമ്മയുടെ ആഗ്രഹം പോലെ മാതൃഭാഷയിലെ വാക്ക് മക്കളുടെ നാവിലൂടെ ജീവനിട്ടുയരുമ്പോൾ ആ കണ്ണുങ്ങൾ അടഞ്ഞു. വൃദ്ധയുടെ ദേഹം 'മമ്മിപോൽ നിശ്ശേഷ്ഷമായ്' എന്നു കവിത അവസാനിപ്പിക്കുന്നത് 'മമ്മി'യുടെ യാഥാർത്ഥ്യം ഒന്നുകൂടി അരക്കിട്ടുറപ്പിക്കുവാനാണ്.

'മമ്മി' എന്ന കവിത എട്ടാം ക്ലാസിലെ പാഠപുസ്തകത്തിൽ ഉൾപ്പെ ടുത്തുകയുണ്ടായി. പത്തുപതിനഞ്ചു കൊല്ലമെങ്കിലും അതു പാഠപുസ്ത കത്തിൽ ഉണ്ടായിരുന്നു. കവിതയ്ക്കു പ്രതിഫലമയയ്ക്കാൻ ഒരു രസീത്

ഒപ്പിട്ടു നൽകുന്നതിനു കത്തുവന്നപ്പോഴാണ് ഞാൻ വിവരമറിയുന്നത്. സാധാരണഗതിയിൽ മുൻപേ് അനുവാദം വാങ്ങേണ്ടതാണ്. അതന്വേ ഷിച്ച ഞാൻ ചെന്നുപെട്ടത് എന്റെ പ്രിയ ഗുരു എൻ കൃഷ്ണപിള്ളയുടെ മുൻപിലാൻ. അദ്ദേഹമായിരുന്നു അത്തവണത്തെ പാഠപുസ്തക കമ്മിറ്റി ചെയർമാൻ. കൃഷ്ണപിള്ള സാർ പറഞ്ഞു:

"എടോ തന്റെ മമ്മി എന്ന കവിത പാഠപുസ്തകത്തിൽ ചേർക്കാൻ കൊടുത്തതു ഞാനാണ്. മാതൃഭാഷയുടെ വില കുട്ടികളുടെ ഉള്ളിൽ കയ റാൻ പറ്റിയ ഭാവനയാണ് അതിലുള്ളത്. ഈയിടെ വന്ന കവിതയല്ലേ? ഞാൻ അതു കമ്മിറ്റിക്കാരെ ഏല്പിക്കുകയായിരുന്നു." അനുവാദം മേടി ക്കാതെ കവിത പാഠപുസ്തകത്തിൽ ചേർത്തതിൽ അഭിമാനിച്ച നിമിഷം. ഇത്രയും ദീർഘകാലം ഒരാളുടെ ഒരു കവിത പാഠപുസ്തകത്തിൽ ഇടം പിടിച്ചിട്ടില്ല എന്നും തോന്നുന്നു. എവിടെ ചെന്നാലും 'മമ്മി' പഠിച്ച ആരെ യെങ്കിലും കണ്ടുമുട്ടും. ഇതാണ് 'അമ്മ ഭാഗ്യം' എന്നു ഞാൻ ഓർക്കും.

1993 ൽ ആയിരുന്നു എന്റെ ലക്ഷദ്വീപുയാത്ര. സൗത്ത് സോൺ കൾച്ചറൽ സെന്റർ തെലുങ്ക്, കർണ്ണാടകം, തമിഴ്, മലയാളം എന്നീ ദക്ഷി ണേന്ത്യൻ ഭാഷകൾക്കു പ്രാതിനിധ്യം നല്കി ഒരു സംഘത്തെ സാംസ്കാ രിക വിനിമയ പരിപാടിയനുസരിച്ചു ലക്ഷദ്വീപിലേക്കയക്കുകയായിരുന്നു. ടിപ്പു സുൽത്താനിലുള്ള എന്റെ ആദ്യ കപ്പൽ യാത്രയും നല്ലൊരനുഭവ മായിരുന്നു. മലയാളത്തിന്റെ പ്രതിനിധിയായി മിനിക്കോയി, കല്പേനി, കവറത്തി തുടങ്ങിയ ദ്വീപുകളിൽ സന്ദർശനം നടത്താൻ കഴിഞ്ഞത് എനി ക്കൊരു മഹാഭാഗ്യമായി. ലക്ഷദ്വീപുകാർക്ക് മഹൽ എന്ന ഒരു പ്രാദേ ശിക ഭാഷയുണ്ടെങ്കിലും അവിടുത്തെ ഔദ്യോഗികഭാഷ മലയാളമാകു ന്നു. കേരളസർക്കാർ സ്കൂളുകളിലെ സിലബസനുസരിച്ചാണ് അവിടെ വിദ്യാഭ്യാസം നടക്കുന്നതും. എട്ടാംക്ലാസിലെ പാഠപുസ്തകത്തിൽ എന്റെ 'മമ്മി' എന്ന കവിത പഠിപ്പിക്കാനുള്ള കാലമായിരുന്നു അത്. ഞങ്ങളുടെ സംഘത്തെ പ്രധാനമായും സ്കൂളുകളിലാണു കൊണ്ടുപോയത്. ഒരു കവിയെ നേരിട്ടു കണ്ടിട്ടില്ലാത്ത പാവങ്ങൾ കുട്ടികൾ. തങ്ങൾക്കു പഠി ക്കാനുള്ള ഒരു കവിതയുടെ കർത്താവിനെ കാണുക എന്നത് അവർക്കു വിശ്വസിക്കാൻ തന്നെ പ്രയാസം. ചുരുക്കത്തിൽ നാലുദക്ഷിണേന്ത്യൻ ഭാഷകളിൽ മലയാളത്തിനു കിട്ടിയ പ്രാധാന്യം എനിക്ക് അനുഗ്രഹമായി.

"നിങ്ങളുടെ പാഠപുസ്തകത്തിലെ 'മമ്മി'യുടെ ഡാഡി–
യാണു ഞാൻ" എന്നു പറയുമ്പോൾ ഉയർന്ന കര–
ഘോഷം ഇന്നും എന്റെ കാതിൽ മുഴങ്ങുന്നു.

"എട്ടാം ക്ലാസിൽ പഠിക്കുന്നതുവരെ ഞാൻ എന്റെ അമ്മയെ 'ഉണ ക്കശവമേ' എന്നാണു വിളിച്ചുകൊണ്ടിരുന്നത്. സാറിന്റെ മമ്മി പഠിച്ച തിൽപ്പിന്നെയാണ് എനിക്ക് അമ്മയുണ്ടായത്." ഗുജറാത്തിൽചെന്നപ്പോൾ ഒരു സഹൃദയൻ പറഞ്ഞ ആലങ്കാരിക പ്രയോഗമാണ് ഇത്. ഇങ്ങനെ 'മമ്മി' എന്ന കവിത എനിക്കു നല്കിയ പേരും പ്രശസ്തിയും ചില്ലറയ ല്ല. സ്വന്തം കൈയിൽ രത്നമിരിക്കുമ്പോൾ കക്ക പെറുക്കുന്ന വിഡ്ഢി കളുടെ എണ്ണം കുറയുന്നുണ്ടെന്നു തോന്നുന്നു.

(മമ്മി: 1972 ജൂലായ് 7)

ബാറും പള്ളിയും പള്ളിക്കൂടവും

തിരുവനന്തപുരം വി ജെ ടി ഹാളിലെ വേദിയിൽ നിന്നു നോക്കി യാൽ തെക്ക് സ്പെൻസർ മുക്കുവരെ കാണാം. റോഡിന്റെ വലതുവശത്ത് യൂണിവേഴ്സിറ്റി കോളേജും ഇടതുവശം അങ്ങകലെ സെന്റ് ജോർജുപ ള്ളിയുമാണ്. പള്ളിയുടെ തൊട്ടുവടക്കുവശമുള്ള കെട്ടിടം പൊളിച്ച് ബാർപ്രവർത്തിക്കുന്ന ഒരു ഹോട്ടലാക്കാൻ രാഷ്ട്രീയ സ്വാധീനമുള്ള ഒരു കുബേരൻ ഒരുക്കം തുടങ്ങി. വിദ്യാലയങ്ങൾക്കും ദേവാലയങ്ങൾക്കും സമീപം നാനൂറു വാരയ്ക്കുള്ളിൽ മദ്യശാലപാടില്ല എന്നാണു നിയമം. ഇതു രണ്ടും ലംഘിക്കുന്ന സ്ഥാനത്താണ് മദ്യശാല ഉയരുന്നത്. കെട്ടിടം പണിയുന്നതിനു തൊട്ടുതാഴെ സംസ്കൃത കോളേജുമുണ്ട്. പക്ഷേ പണ ത്തിന്റെ ബലത്തിൽ തടസ്സങ്ങൾ രണ്ടിനും എക്സംപ്ഷൻ വാങ്ങി അനു വാദം സമ്പാദിച്ചു. കെട്ടിടം പണി തുടങ്ങി. വിദ്യാർത്ഥികളും പള്ളിക്കാരും പ്രതിഷേധ ശബ്ദം ഉയർത്തി. ആ കാലത്ത് വി ജെ ടി ഹാളിൽ നടന്ന ഒരു കവി സമ്മേളനത്തിൽ വേദിയിൽ നിന്ന് സ്പെൻസർമുക്കിലേയ്ക്കു കൈചൂണ്ടി ഞാൻ വായിച്ച കവിതയാണ് മദ്യഗോപുരം. 1990 മെയ് 13-ാ നാണ് കവിതയുടെ രചന.

കെട്ടിടം പണിയുടെ തുടക്കം വിവരിച്ചുകൊണ്ടാണ് കവിത ആരംഭി ക്കുന്നത്. നൂറുകൊല്ലം കഴിഞ്ഞ കോളേജിന്റെ മുന്നിൽ പ്രസിദ്ധദേവാല യത്തിന്റെ തൊട്ടടുത്ത്, ആകാശത്തിന്റെ നെഞ്ചിലേയ്ക്കുയരുന്ന കാശിന്റെ ഗർവ്വം പോലെയുള്ള ഹോട്ടൽ പണിയാൻ ടൂറിസം മന്ത്രി വന്നു കല്ലിട്ടു. ബാറില്ലെങ്കിൽ എത്ര കെങ്കേമൻ ഹോട്ടലായാലും എങ്ങനെ വിജയിക്കു വാനാണ്? യൂണിവേഴ്സിറ്റി കോളേജും സെന്റ് ജോർജു പള്ളിയും സമീ പത്തുള്ളപ്പോൾ എങ്ങനെ ബാർ നടത്തും? കെട്ടിട നിർമ്മാതാവായ ധനാ ഡ്യന്റെ ഉള്ളു പുകഞ്ഞു. "പണം പാടിയാൽ ആടുന്ന പാമ്പാണ് ജനാധി

പത്യം" എന്നു അയാൾക്കറിയാം സർക്കാരിന്റെയും രാഷ്ട്രീയപ്പാർട്ടികളു
ടെയും കർണ്ണങ്ങളിൽ ലക്ഷം ലക്ഷം ജപിച്ചപ്പോൾ അയാൾക്ക് നിയമ
ത്തിന് ഒഴിവു വരുത്തി കെട്ടിടം പണിയാൻ അനുവാദം കിട്ടുക തന്നെ
ചെയ്തു.

"കള്ളു വില്പന പള്ളിക്കടുത്തുപാടില്ല." പള്ളിയിൽ പട്ടക്കാരും ഇട
വകജനങ്ങളും പ്രതിഷേധം. "നിയമം മുടിച്ച് സർക്കാർ ബാറിനു
ലൈസൻസ് നല്കിയതു പിൻവലിക്കണം." കോളേജ് വിദ്യാർത്ഥികൾ
ആക്രോശം. കള്ളക്കാശുപറ്റി ആദർശം കാറ്റിൽ പറത്തുന്നു പുതിയ
സർക്കാർ." നാട്ടുകാർക്കും എതിർപ്പ്. ഭരണപക്ഷവും പ്രതിപക്ഷവും
നിത്യേന പ്രസ്താവനകളുമായി പത്രസ്ഥലം മെനക്കെടുത്തി.

കൂട്ടുകക്ഷി സർക്കാരിന്റെ കമ്മിറ്റികൂടി, ഒടുക്കം തിരുതകൃതിയായി
പ്രശ്നപരിഹാര ശ്രമങ്ങൾ ആരംഭിച്ചു. പ്രശ്നം നീട്ടിക്കൊണ്ടുപോകുന്നതു
കൂടുതൽ പ്രശ്നം ക്ഷണിച്ചുവരുത്തും. നിയമം തിരുത്തിയാൽ ജനം
ക്ഷോഭിക്കും. നിയമം ലംഘിച്ചാലും അവർ ക്ഷോഭിച്ചതു തന്നെ.
ഇലയ്ക്കും മുള്ളിനും കേടുകൂടാത്ത ഒരു പ്രശ്ന പരിഹാരത്തിനായി പള്ളി
യിൽ തിരികത്തിച്ചിട്ടും ഫലം കണ്ടില്ല.

പക്ഷപ്രതിപക്ഷ പാർട്ടികൾ പ്രശ്നപരിഹാര നിർദ്ദേശത്തിനായി
വകുപ്പില്ലാ മന്ത്രിയായ ചെമ്മനം ചാക്കോയെ സമീപിക്കുന്നതും, ഒറ്റമാത്ര
കൊണ്ട് അദ്ദേഹം പരിഹാരം നിർദ്ദേശിക്കുന്നതുമാണ് കവിതയുടെ
അന്ത്യം. "കെട്ടിടത്തിന്റെ അസ്തിവാരം കൂടുതൽ ബലപ്പെടുത്തണം.
നാനൂറുവാരയിൽ കൂടുതൽ പൊക്കമാകത്തക്കവിധം കെട്ടിടം പല നില
കളായി ഉയരണം. ലിഫ്റ്റും വയ്ക്കണം. നാനൂറുവാരയ്ക്കും മുകളിലുള്ള
നിലയിൽ ബാർ നടത്തണം. പള്ളിക്കാരും കോളേജുകാരും ഒപ്പം വന്ന്
ദൂരം അളക്കട്ടെ!" ആഹ്ലാദപൂർവ്വം സർവ്വരും കൈയടിച്ചു നിർദ്ദേശം പാസാ
ക്കി. എല്ലാവരും ചാക്കോച്ചന്റെ ബുദ്ധി വൈഭവത്തിനു സ്തുതി ചൊല്ലി.

മുഖ്യമന്ത്രിക്കും ആശ്വാസമായി, സന്തോഷമായി തീരുമാനം.
അദ്ദേഹം ഔദ്യോഗികമായി നിർദ്ദേശം പ്രഖ്യാപിച്ചു. അവസാനം ഒരു
ഫലിതം എന്ന മട്ടിൽ ഇതുകൂടി പറഞ്ഞു:

"കോളായി പള്ളിക്കാർക്കു കുപ്പിയും ഗ്ലാസും കിട്ടും;
കോളേജു പിള്ളേർക്കെല്ലും മുട്ടിയും താഴെക്കിട്ടും."

വി ജെ ടി ഹാളിലെ വേദിയിൽ നിന്ന് സ്പെൻസർ മുക്കിലേക്കു
കൈചുണ്ടി ഇതു ചൊല്ലുമ്പോൾ ഉയർന്ന അത്യുച്ചത്തിലുള്ള ഹസ്തതാ
ഡനം ദിക്കുകൾ ഭേദിക്കുന്നതായിരുന്നു. അതെനിക്കു നല്കിയ
സംതൃപ്തി എന്റെ കാവ്യജീവിതത്തിലെ അപൂർവ്വാനുഭവങ്ങളിൽ ഒന്നാ
യിരുന്നു. തൊണ്ണൂറിന്റെ പടിയിൽ നിന്നുകൊണ്ട് കൊച്ചിയിൽ കാകനാട്
പടമുകളിലുള്ള ചെമ്മനം വീട്ടിലിരുന്ന്, കാൽ നൂറ്റാണ്ടുമുന്നം തിരുവന
ന്തപുരത്തു വി ജെ ടി ഹാളിൽ നടന്ന ആ സംഭവം ഞാൻ ഇന്നും അയ
വിറക്കാറുണ്ട്.

(മേയ് 13, 1990)

കുട്ടികളുടെ ഗതികേട്

മദ്യലഹരിയിലും, പൊലീസുവകുപ്പിന്റെ നിർവീര്യതയിലും നാട്ടിൽ സ്ത്രീപീഡനം പെരുകിക്കൊണ്ടിരിക്കുന്നു. എങ്കിലും പ്രതിക്കെതിരെ കേസെടുക്കുന്നതിനും ജീവപര്യന്തം ജയിലിലിടുന്നതിനും വധശിക്ഷവരെ നല്കുന്നതിനും നിയമസാദ്ധ്യതയുണ്ട്. ഹരിജനപീഡനം എന്നതും അതു പോലെതന്നെ. ഒരു ഹരിജനെ ജാതിപ്പേരു വിളിച്ചാൽ മതി ശിക്ഷിക്കപ്പെ ടാൻ. എന്നാൽ ശിക്ഷയ്ക്കൊന്നിനും വകുപ്പില്ലാതെ നാട്ടിൽ നടക്കുന്ന ഒരു കൊടിയ പീഡനമുണ്ട്. അതാണ് 'ശിശുപീഡനം.'

പച്ചപ്പുരിഷ്കാരപ്രളയത്തിൽ നാടിനെയും നാടിന്റെ സംസ്കാര ത്തെയും മറന്നു പോയ കേരളീയരാണ് ഈ കുറ്റകൃത്യത്തിൽ മുൻപന്തി യിൽ നില്ക്കുന്നത്. കുറ്റകൃത്യമല്ല, ഏതോ മഹനീയ കൃത്യം ചെയ്യുന്നു എന്ന മട്ടിലാണ് അവർ ശിശുപീഡനം നിർവ്വഹിക്കുന്നത് എന്നതാണ് പരിതാപകരം.

മക്കളെ പൊന്നുപോലെ സ്നേഹിക്കുന്ന അച്ഛനും മണിമുത്തു പോലെ സൂക്ഷിക്കുന്ന അമ്മയുമാണ് 'ശിശുപീഡന'ത്തിന്റെ പ്രധാന പ്രതി കൾ. അവർ കുട്ടികളോടു ചെയ്യുന്ന പങ്കപ്പാട് ശിക്ഷാർഹം തന്നെയാ കുന്നു. ഞങ്ങൾ കുട്ടികളായിരുന്നപ്പോൾ അഞ്ചാറു വയസ്സുവരെ കൂട്ടു കാരൊത്തു നാട്ടിൽ ഓടിക്കളിച്ചു നടന്നിരുന്നു. നാട്ടിടകളിൽ ഓടിക്ക ളിച്ചും തോട്ടിലും കളങ്ങളിലും നീന്തിക്കളിച്ചും ആർത്തുരസിച്ചു കഴിച്ചി രുന്നു. സ്വന്തമായി കാര്യങ്ങൾ ചെയ്യുവാനുള്ള ശക്തിയും പരിശീലനവും ലഭിക്കുന്ന ബാലഹൃദയങ്ങൾ നാടിന് ഭാവിനന്മയുടെ നെടുംതൂണുകളായി രൂപാന്തരപ്പെട്ടിരുന്നു.

ഇപ്പോഴോ കുട്ടികൾ പിച്ചവച്ചു നടക്കാനും മുറ്റത്തിറങ്ങി ഓടിക്കളി ക്കാനും തുടങ്ങുമ്പോഴേയ്ക്കും മാതാപിതാക്കൾ അവരെ നഴ്സറി

സ്കൂളിന്റെ ഒറ്റാലിൽ കുത്തിക്കുരുക്കിയിടുന്നു.

കുഞ്ഞു പുളിയിലക്കരയൻ മുണ്ട്, കോണകവും. എന്റെ കുട്ടിക്കാ ലത്തെ വേഷം അതായിരുന്നു. ഷർട്ടും നിക്കറുമെല്ലാം പിന്നെയാണു വന്ന ത്. ഇന്ന് ഭാഷയിൽ മാത്രമല്ല, വേഷത്തിലും കുട്ടികളെ പാശ്ചാത്യാനുക രണപ്രതിപ്പുകളാക്കുന്നു. തണുപ്പുരാജ്യത്ത് ആവശ്യമായ സോക്സിൽ ഇന്നാട്ടിലെ കുട്ടികളുടെ കാലുകൾ പൊതിയുന്നു. തുടർന്നു ഷൂസിന്ന കത്തു ഞെരുക്കിക്കയറ്റി കാലു രണ്ടും മന്തുപോലെ ആക്കുന്നു. തെണ്ടി പ്പരിഷ്കാരം ഇതു കൊണ്ടു തീരുന്നില്ല. ശൈത്യം തടുക്കാൻ പാശ്ചാ ത്യർ കഴുത്തിൽ ടൈ കെട്ടുന്നു. മോശമാക്കാമോ? ഉഷ്ണിച്ചു വിയർക്കുന്ന രാജ്യത്തിലെ കുട്ടികൾക്കും രക്ഷാകർത്താക്കൾ 'കണ്ഠപൗപീനം' കെട്ടി കൊടുക്കുന്നു. നാലുകാശു ചെലവില്ലായിരുന്നു അഡ്മിഷൻ. ഇന്നാകട്ടെ ആയിരത്തിന്റെ ഗുണിതങ്ങൾ ചെല്ലണം കാപ്പിറ്റേഷൻ തുകയായി. മറ്റു യോഗ്യതയൊക്കെ അതിനു കീഴിൽ തന്നെ.

സ്കൂൾ ബസും 'ശിശുപീഡന'മീഡിയമാണ്. കുട്ടികളെ കുത്തി നിറച്ച് ഊരുചുറ്റി സ്കൂളിലെത്തുമ്പോഴേക്കും അവർ ചക്കപ്പഴം പരുവമാ യിക്കഴിയും. അവരെ താറാവിൻപറ്റം പോലെ അഴിച്ചുവിടുന്ന ക്ലാസുമു റികൾ മറ്റെന്തിനേക്കാളുമധികം രോഗവിതരണ കേന്ദ്രമാകുന്നു. ജലദോ ഷം, ചുമ, പനി!

പുസ്തകക്കെട്ടുകൾ ഉപ്പുചാക്കുകണക്കിനു ചുമന്ന് കുരുന്നുകുട്ടി കളുടെ നട്ടെല്ല് ചെറുപ്പത്തിലേ വളഞ്ഞു പോകുന്നു. കുട്ടികൾക്കുള്ള പുസ്തകങ്ങളാകട്ടെ കുട്ടയിൽ വച്ചാലും ചട്ടിയിൽ വച്ചാലും കൊള്ളാത്ത മട്ടിൽ, ക്രിക്കറ്റുകോർട്ടുപോലെ വലിപ്പമുള്ളത്. കുഞ്ഞിക്കൈകൾക്ക് വിദ്യാ ഭ്യാസവിദഗ്ദ്ധരുടെ സംഭാവന!

ഇംഗ്ലീഷ്, മലയാളം, ഹിന്ദി പല ഭാഷകളാണ് കുട്ടികളുടെ തലയിൽ കുത്തിക്കയറ്റുന്നത്. കൂടെ സയൻസും കണക്കും മോറൽ സയൻസിന്റെ പണ്ടാരപ്പാട്ടവും ഒടുക്കണം. ഒരു വാക്കുതെറ്റിച്ചാൽ സാറിന്റെ പുലകുളി കഴിയുന്നതുവരെ ആ വാക്ക് ഇംപോസിഷൻ എഴുതണം. ഇപ്പോൾ കുന്തം, കമ്പ്യൂട്ടറുമുണ്ട്. ജാതിമത പഠനകാര്യങ്ങൾ അത്യന്താപേക്ഷിതം. അതു ചെറുപ്പം മുതലേ ഉള്ളിൽക്കയറ്റണം. കുട്ടിയായി ജനിക്കേണ്ടായിരുന്നു!

കുന്നാരം ഹോം വർക്കുമായിട്ടാണ് സ്കൂളിൽ നിന്നും വീട്ടിലേ യ്ക്കോട്ടം. പണ്ടെല്ലാം ട്യൂഷൻ എന്ന ഇടപാടേ ഇല്ലായിരുന്നു. സംശയം വല്ലതും വന്നാൽ അച്ഛനോ ചേട്ടന്മാരോ ആണു സഹായത്തിനുള്ളത്. ഇപ്പോൾ സ്കൂൾ വിട്ടുവീട്ടിലെത്തുമ്പോഴേയ്ക്കും അവിടെ ട്യൂഷൻ ടീച്ചർ എന്ന കടുവ ഇരിക്കുന്നുണ്ടാകും.

ടെസ്റ്റു പേപ്പറുകൾ എന്ന മഹാദ്രോഹവും ശിശു പീഡനത്തിന്റെ വകുപ്പാകുന്നു. അരമാർക്കു കുറഞ്ഞാൽ മതി മിസ് ക്ലാസു മുഴുവൻ കേൾക്കെ പറയും. "നിനക്കു റയിൽവേസ്റ്റേഷനിൽ പെട്ടി ചുമക്കാനാണു യോഗം. അല്ലെങ്കിൽ പോയി കൈലുകുത്താൻ പഠിച്ചോ." മാർക്കു കുറഞ്ഞ പ്രോഗ്രസ് കാർഡുമായി വീട്ടിൽ ചെന്നാൽ കുരയോടു കുരയാണ്

അമ്മച്ചി! അച്ഛൻ കാണുമ്പോഴുള്ള കാര്യം ഓർക്കാനും കൂടി വയ്യ. വഴി യിൽ മരിച്ചാലും മതിയായിരുന്നു എന്നാണു കുട്ടിയുടെ വിചാരം.

ശിശുക്കൾ! അവർ സംഘടിക്കുവാൻ പോലും അറിഞ്ഞുകൂടാത്ത കുരുന്നുകൾ. പാവങ്ങൾ! അവരെ പീഡിപ്പിക്കുന്നതോ മാതാപിതാക്കളും വീട്ടുകാരും. പീഡന സ്വഭാവമോ ശിശുക്കളുടെ ഗുണത്തിനുവേണ്ടിയാ ണെന്ന മട്ടിലും. അങ്ങനെ ഒരു വൈതരണിവൃത്തത്തിൽ കിടന്നു കറ ങ്ങുകയാണു കാര്യങ്ങൾ. അതിനാൽ അവർക്കു വേണ്ടി അന്യായം ഫയൽ ചെയ്യാൻ ഒരു പൊതുനീതിമാനെ കിട്ടാനും സാദ്ധ്യതയില്ല. അതിനാൽ ബഹുമാനപ്പെട്ട കോടതി തന്നെ ചെവിയോർത്ത് ശിശുരോദനങ്ങൾകേട്ട് വേണ്ട അന്വേഷണം നടത്തി കുഞ്ഞുങ്ങൾക്ക് ആശ്വാസം നല്കുന്ന ഒരു വിധിയുണ്ടാകണം. അല്ലാതെ രക്ഷയില്ല.

(ശിശുപീഡനം: 1998 ഒക്ടോബർ 23)

നെല്ലിന്നു പിന്നിൽ

ആയിരത്തിത്തൊള്ളായിരത്തി അറുപത്തിയേഴിൽ കേരളത്തിൽ അതിരൂക്ഷമായ ഒരു ഭക്ഷ്യക്ഷാമം ഉണ്ടായി. നെല്ലും അരിയും ഇല്ലേ ഇല്ല. ബജ്റ, ഗോതമ്പ്, ചോളം മുതലായവ ചെറിയതോതിൽ റേഷൻ കടക ളിൽ നിന്നു വിതരണം. 'മക്രോണി' എന്ന പേരിൽ കപ്പയുടെ മാവ് അരി യുടെ ആകൃതിയിൽ പരുവപ്പെടുത്തി വിതരണം ചെയ്യുന്നതാണ് പ്രധാന ആഹാരവിഭവം. 1967 നു മുമ്പും പിമ്പും ഇതുപോലൊരു ഭക്ഷ്യക്ഷാമം തൊണ്ണൂറിനോടടുക്കുന്ന എന്റെ ജീവിതകാലത്ത് ഉണ്ടായിട്ടില്ല.

നെൽകൃഷിക്ക് കേരളത്തിൽ സർക്കാരിൽ നിന്നും യാതൊരു പ്രോത്സാഹനവുമില്ല. എന്നു മാത്രമല്ല അങ്ങേയറ്റം നെൽകൃഷിക്കാരെ ചൂഷണം ചെയ്യുന്ന സമീപനവുമായിരുന്നു. പുറത്ത് ഒരു പറയ്ക്ക് എട്ടും പത്തും രൂപ വിലയുള്ളപ്പോൾ, നെൽകൃഷിക്കാർ പറയ്ക്കു രണ്ടരരൂപ വിലയ്ക്കു സർക്കാരിലേക്ക് നെല്ല് ലെവി അളക്കണം. പാർവ്വത്യകാരു ടെയും പിള്ളയുടെയും കാലുപിടിച്ച് കൈക്കൂലിയും നല്കിവേണം നെൽകൃഷിക്കാർ ജീവസന്ധാരണത്തിനുള്ള നെല്ല് കൈവശം വയ്ക്കാൻ. ഇത് എന്റെ വീട്ടിൽത്തന്നെ ചെറുപ്പത്തിൽ ഞാൻ കണ്ടിട്ടുള്ള രംഗമാണ്.

അതേസമയം റബ്ബർ കൃഷിക്ക് നല്ല രീതിയിലുള്ള സബ്സിഡി ലഭി ക്കും. അതിനാൽ കരപ്പാടം കൃഷി ചെയ്തിരുന്ന പല നെൽകൃഷിക്കാരും അതുപേക്ഷിച്ച് റബ്ബർ കൃഷിയിലേക്കു മാറി. പൊങ്ങല്യം കൃഷിപോലും നെൽകൃഷിയെക്കാൾ ആദായകരമാണെന്നു വന്നു. നെൽകൃഷി ഒരു പവി ത്രകർമ്മവും പാരമ്പര്യമഹത്വവുമായി കണ്ട പല കർഷകരും നാണയ കേന്ദ്രിതമായ വ്യവസ്ഥിതിയുടെ ആരാധകരായി മാറി. ഭക്ഷ്യവിളയെ അവ ഗണിക്കുകയും നാണ്യവിളകളെ പ്രോത്സാഹിപ്പിക്കുകയും ചെയ്ത താല്ക്കാലിക കാര്യസാദ്ധ്യവിശാരദരുടെ ഭരണമാണ് ഇന്നാട്ടിലെ

നെൽകൃഷിക്കു കണ്ഠകോടാലിയായത്.

തിരുവനന്തപുരത്തു ജോലി ചെയ്തിരുന്ന ഞാൻ ആയിടയ്ക്ക് വൈക്കം താലുക്കിൽ മുളക്കുളം വില്ലേജിലുള്ള എന്റെ വീട്ടിലേക്കു ബസിൽ യാത്ര ചെയ്തു. റോഡരികുകളിൽ നെൽപ്പാടങ്ങൾക്കുവന്ന മാറ്റം പ്രത്യേകം ശ്രദ്ധാവിഷയമായി. എന്റെ നാട്ടിൽ പോലും നെൽകൃഷിക്കു വന്ന അപചയവും നാണ്യവിളകൾക്കു ലഭിച്ച പ്രാമാണികത്വവും ചിന്ത കളിൽ നീറിനിന്നു. ഈ പ്രശ്നം ജനശ്രദ്ധയിൽപ്പെടുത്തണമെന്നു കരുതി ബോധപൂർവ്വം ഞാൻ 1967 ഏപ്രിൽ മാസത്തിൽ എഴുതിയ കവിതയാണ് 'നെല്ല്'. തീർന്ന ഉടനെ കവിത മാതൃഭൂമി ആഴ്ചപ്പതിപ്പ് പത്രാധിപർ എൻ വി കൃഷ്ണവാര്യർക്ക് അയച്ചുകൊടുക്കുകയും ഉടനെ പ്രസിദ്ധീകരിച്ചു വരികയും ചെയ്തു.

ആറേഴു കൊല്ലം ഉത്തരേന്ത്യയിൽ പഠനം കഴിഞ്ഞ് ഡോക്ടറേറ്റും നേടി സ്വന്തം കാർഷിക കുടുംബത്തിൽ തിരിച്ചെത്തുന്ന യുവാവാണ് കഥാനായകൻ. 'ഉമിയിൽ നിന്നും കളിപ്പാട്ടമുണ്ടാക്കും വിദ്യ'യ്ക്കാണ് ഡോക്ടറേറ്റ്. താൻ പോകുമ്പോഴുള്ള നാട്ടിലെ കാർഷികാന്തരീക്ഷം അയ വിറക്കിയാണു വരവ്. വരുമ്പോൾ നാടൻ കർഷകനായിരുന്ന പിതാവ് നെൽ കൃഷിയെല്ലാം നിറുത്തി. നാലഞ്ചു ചക്രം കിട്ടാൻ വകുപ്പുള്ള റബ്ബർ കൃഷിക്കാരനായി മാറിക്കഴിഞ്ഞിരിക്കുന്നു.

"തെല്ലഭിമാനം പൂണ്ടു ചൊല്ലുന്നിതപ്പൻ: 'മോനേ
നെല്ലിന്റെ പണിയെല്ലാം നിറുത്തി വച്ചു നമ്മൾ.
നാലഞ്ചു ചക്രം കിട്ടാനിതു താൻ ഭേദം..." ഇതാണവസ്ഥ.

നാടൻ കൃഷിക്കാരുടെ നാട്ടുനന്മയിൽ നിന്നും നാണയ പ്രണയത്തി ലേക്കുള്ള ഹൃദയപരിവർത്തനത്തിന്റെ മൂലകാരണങ്ങളിലേക്കാണ് കവിത കണ്ണോടിക്കുന്നത്. രൂക്ഷമായ ഭക്ഷ്യക്ഷാമത്തെ നേരിടാൻ കേന്ദ്ര സർക്കാ രിൽ നിന്നും അരി ഇരന്നുവാങ്ങുന്നതിനു പോകുന്ന മന്ത്രിപുംഗവനോട്, യുവാവ് തന്റെ തൊഴിലിന് കേന്ദ്ര സർക്കാരിൽ നിന്നും കുറച്ചു ഉമികൂടി യാചിച്ചു വാങ്ങിക്കൊണ്ടുവരണമെന്നു ചെയ്യുന്ന അപേക്ഷയിലാണ് കവിത അവസാനിക്കുന്നത്. ഉദാത്തമായ ഒരു മന്ദഹാസം അതോടെ അനു വാചകന്റെ ചുണ്ടിൽ വിരിയുന്നു. എന്റെ നാട്ടിലെയും വീട്ടിലെയും അര നൂറ്റാണ്ടുകാലം മുൻപുള്ള കാർഷികാന്തരീക്ഷം തുടിച്ചു നില്ക്കുന്നതി നാൽ 'നെല്ല്' എന്ന കവിത എനിക്കേറ്റം പ്രിയപ്പെട്ടതാണ്.

ഇന്നു ലുപ്തപ്രചാരമായിക്കഴിഞ്ഞ കുറേ കാര്യങ്ങൾ ഈ കവിത യിലുണ്ട്. അരനൂറ്റാണ്ടിനു മുന്നമുള്ള നാടൻ ജീവിതചരിത്രത്തിന്റെ രജ തരേണുക്കൾ എന്ന നിലയിൽ അവയെ ചുണ്ടിക്കാണിക്കാം.

അതിക്കിരാഴി: ഒരു നെല്ലിന്റെ പേരാണ്. അരിയുടെ മുഴുപ്പനുസരിച്ച് കൊച്ചതിക്കിരാഴിയും വലിയ അതിക്കിരാഴിയുമുണ്ട്. അതിക്കിരാഴിയുടെ ചോറാണ് വളരെ മെച്ചം.

ഏര്: അന്ന് യന്ത്രങ്ങളില്ല നിലമുഴാൻ. കലപ്പയും (നേഞ്ഞിൽ എന്നും പറയും) നുകവും ഉപയോഗിച്ചുള്ള കാളപൂട്ടൽ ആണ് നിലവി

ലുള്ളത്. നുകത്തിന്റെ രണ്ടറ്റത്തായി ഓരോ കാളയെ ബന്ധിക്കുന്നു. നുക
ത്തിന്റെ നടുക്ക് നേഞ്ഞിൽ വച്ചു കെട്ടുന്നു. ഇങ്ങനെ ഒരു നുകത്തിൽ
രണ്ടു കാളയെ കെട്ടി കലപ്പയും ബന്ധിച്ചു നിലം ഉഴാൻ തയ്യാറാക്കുന്ന
തിന് ഒരു 'ഏർ' എന്നുപറയും. ഒച്ചവച്ച് കാളയെ നടത്തിയും ആർത്തും
കൂവിയുമെല്ലാമാണ് ഉഴവു സജീവമാക്കുന്നത്.

"എട്ടുപത്തേർക്കാളയൊത്തുഴുതു കേറുന്നതി–
ന്നട്ടഹാസം"

ഇതിന്റെ അവതരണമാണ്. 'നെല്ല്' ഒരിടയ്ക്ക് കോളേജ് ക്ലാസിൽ
പഠിപ്പിക്കാനുണ്ടായിരുന്നു. ഏർ എന്താണെന്നറിയാത്ത കോളേജ് അദ്ധ്യാ
പകൻ 'ഏർക്കാള' എന്നാൽ ഒരിനം കാള എന്നാണു പഠിപ്പിച്ചതെന്ന
വിവരം എനിക്കു നേരിട്ടറിയാം.

വിളയാടി: കൃഷിയിറക്കി, ഇനിയും ശ്രദ്ധിക്കണം എന്നതിനടയാള
മായി കണ്ടത്തിനു നടുവിൽ കുത്തുന്ന മരച്ചില്ല. വിള+ആടി = 'കൃഷി
ചെയ്തു' എന്നർത്ഥം. കാഞ്ഞിരം, നെച്ചി മുതലായി എളുപ്പം ഇലകൾ
അടർന്നുപോകാത്ത വൃക്ഷക്കമ്പുകളാണു കുത്തുന്നത്. പ്രായേണ ഇതു
കുട്ടികളെ ഏല്പിക്കുന്ന പണിയാണ്.

മോടൻ, വെള്ളാരൻ: കരക്കൃഷി ചെയ്യുന്നതും ചുരുങ്ങിയ കാലം
കൊണ്ടുവിളവു തരുന്നതുമായ രണ്ടിനം നെല്ലുകൾ.

പൊങ്ങല്യം: പെട്ടെന്നു വളരുന്നതും പാഴ്ത്തടി തരുന്നതുമായ ഒരു
മരം.

(നെല്ല്. 1967 ഏപ്രിൽ 17)

മന്ത്രികളേ, കോഴികളേ,
ബ-ബ്യ-ബ്യാ!

മന്ത്രിമാർ ഓഫീസിലിരുന്ന് ഉദ്യോഗസ്ഥരുടെ സഹായത്തോടെ ഫയലുകൾ പഠിച്ച് സുപ്രധാനമായ തീരുമാനങ്ങൾ എടുക്കേണ്ടവരാണ്. അതിനുപകരം ഉദ്ഘാടനങ്ങൾക്കും സ്വീകരണങ്ങൾക്കും നാടമുറിക്കലിനും മറ്റും നാടാകെ ഓടിനടക്കുന്നു. ഈ ദുഷ്പ്രവണതയ്ക്കെതിരെ 1971 ൽ ഉദ്ഘാടനം എന്ന പേരിൽ തന്നെ ഞാൻ ഒരു കവിതയെഴുതി. പക്ഷേ, ഒരു തരത്തിലും കുറയുകയല്ല ചെയ്തത്, ഒരേ വേദിയിൽ ഒന്നിലധികം മന്ത്രിമാർ കുടിയേറിത്തുടങ്ങി. സംഘാടകരുടെ സ്വാധീനശക്തിയും പ്രഭുത്വത്തിന്റെ അളവും മന്ത്രിമാരുടെ എണ്ണത്തിലാണെന്ന നിലയിലേയ്ക്കു സംഗതി കൂപ്പുകുത്തി. വമ്പിച്ച ചെലവുചെയ്താണ് നാം മന്ത്രിമാരെ പുലർത്തുന്നത്. ആ ചെലവു ചെയ്ത് കോഴി വളർത്തിയാൽ ഇതിലും ഫലപ്രദമല്ലേ എന്നു ഞാൻ ആലോചിച്ചു പോയി.

എങ്കിൽ ഒരു കോഴി വളർത്തൽ സംരംഭം ചിത്രീകരിച്ച് ഈ പ്രവണതയെ വിമർശിച്ചുകളയാം എന്നായി ചിന്ത. അക്കാലത്ത് പതിനഞ്ചു മന്ത്രിമാരാണുള്ളത്. കോഴി വളർത്തൽകാരി ഒരു പ്രഭുവിന്റെ മക്കളില്ലാത്ത പത്നി. മക്കളില്ലാത്തവർക്ക് ഏതെങ്കിലും പ്രത്യേക കാര്യത്തിൽ താല്പര്യം കൂടുമെന്നാണ് മനശ്ശാസ്ത്രം പറയുന്നത്. നമ്മുടെ പ്രഭുപത്നിക്ക് കോഴി വളർത്തലിൽ താല്പര്യം കാണിക്കാം.

പതിനഞ്ചു മന്ത്രിമാരാണ് അന്നുള്ളത്. പ്രഭു പത്നി പതിനഞ്ചു കോഴികളെ വളർത്തുന്നു. ഓരോന്നിനും പ്രത്യേക കൂട്. 15 കൂടും 15 മന്ത്രിമാർ വന്ന് ഉദ്ഘാടനം ചെയ്താൽ തനിക്കുള്ള കീർത്തി എത്രമാത്രമായിരിക്കും എന്നവർ ചിന്തിക്കുന്നു. നാട്ടിൽ പ്രഭുവായ തന്റെ പ്രെയാൻ വിളിച്ചാൽ ഏതു മന്ത്രിയാണു വരാത്തത്? പതിനഞ്ചു കോഴിക്കൂടും പതിനഞ്ചു മന്ത്രിമാർ ഒപ്പം വന്ന് ഉദ്ഘാടനം ചെയ്യണം.

മന്ത്രിമാരെ ആകർഷിക്കാൻ എന്തുവേണം? മന്ത്രിമാർ ഓരോരുത്ത
രായി കൂടു തുറന്ന് ഒരു പിടി നെല്ലു കോഴിക്കു കൊടുക്കുന്നു. സ്വർണ്ണ
ത്താക്കോലാണ് ഓരോ കൂടിനും. അത് മന്ത്രിക്ക് ഊരിയെടുക്കാം. ഇതിൽ
കൂടുതൽ അവർക്ക് എന്തുവേണം? പ്രതിപാദ്യത്തിന്റെ ഏകദേശ രൂപമാ
യി. ഇനി വിശദാംശങ്ങളിലേയ്ക്കു മനസ്സു പടർന്നു കയറുകയായി.

കോഴി കൊക്കും മട്ടിൽ കൊ-ക്കെ കോ' എന്നവസാനിക്കുന്ന ശീലു
കളുള്ള ഒരു കവിത കടമ്മനിട്ട ആയിടെ ചൊല്ലുമായിരുന്നു. ആ ഈണം
പിടിച്ചെഴുതിയാലോ? വീട്ടിൽ അമ്മയും മറ്റും കോഴിക്കു തീറ്റികൊടുക്കാൻ
ബ-ബ്യ-ബ്യ വിളിക്കുന്നതും ആ വിളി കേട്ടാൽ കോഴികൾ ഓടിക്കൂടുന്നതും
ഓർമ്മയിലെത്തി. ശരി 'ബ-ബ്യ-ബ്യ' യിൽ അവസാനിക്കുന്ന ശീലുതന്നെ
ആക്കിക്കളയാം.

മുസ്ലീം സമുദായക്കാർ പാടുന്ന പാട്ടിന്റെ ചുവയാണ് അതിനുള്ള
ത്. അതിനാൽ കഥാനായികയും നായകനുമെല്ലാം മുസ്ലീം പേരുകളിൽ
സങ്കല്പിക്കാൻ തുടങ്ങി. അതു പരുവപ്പെട്ടാണ് "കല്ലാഴിക്കാരനാം കാദ
രുകുട്ടി" ഭാവനയിലേക്കുയർന്നു വന്നത്. കടലാസും പേനയുമെടുത്ത്
ആദ്യ ഭാഗം രൂപം കൊടുക്കാനിരുന്നു.

"കല്ലാഴിക്കാരനാം കാദരുകുട്ടിയെ
കേൾക്കാത്തോരാരാനുമുണ്ടെങ്കിൽ – അവൻ
കേളിയേറീടുന്ന കേരളനാട്ടിലെ
മാളത്തിലെ പുഴുക്കുഞ്ഞല്ലോ–ലോകം
കാണാത്തചണകപ്പുഴുവല്ലോ!"

എന്നെഴുതിയതോടെ ആശ്വാസം. തുടങ്ങിക്കിട്ടിയാൽ പിന്നെ
മുന്നോട്ടു വലിക്കാൻ താരതമ്യേന എളുപ്പമാണ്.

ഈ കവിത ആദ്യമായി അവതരിപ്പിക്കുന്ന സദസ്സുകളിൽ ഞാൻ ഒരു
വേലയിറക്കാറുണ്ട്. "സത്യമേ പറയാവൂ" എന്ന മുഖവുരയോടെ "കല്ലാ
ഴിക്കാരനായ കാദർകുട്ടിയെക്കുറിച്ചു കേട്ടിട്ടില്ലാത്തവർ കൈപൊക്കുക"
എന്നു പറയും. കുറേപ്പേർ കൈപൊക്കും. കേട്ടില്ലാത്തവർ "ലോകം
കാണാത്ത ചണകപ്പുഴുവല്ലോ" എന്ന ഭാഗം വരുമ്പോഴേക്കും സദസ്സാകെ
ചിരിയാകും. തുടർന്നു കാദറിന്റെ പ്രതാപ വർണ്ണനയാണ്. പക്ഷേ,

"എല്ലാം കൊടുക്കില്ല ദൈവം; ഹാ കാദരിൻ
വല്ലഭയ്ക്കില്ലല്ലോ സന്താനം"

എന്ന പ്രശ്നം അവതരിപ്പിക്കുന്നു. പാത്തുമ്മാ ബീവി. കോഴിവളർത്ത
ലിലാണ് ആനന്ദം കാണുന്നതെന്ന വസ്തുതയും അവതരിപ്പിക്കുന്നു.
പുന്നെല്ലും ഗോതമ്പും വിതറിക്കൊണ്ട് ബീവിയുടെ ഒരുവിളിയുണ്ട്. "വരൂ
കോഴികളേ കുട്ടികളേ ബ-ബ്യ-ബ്യ." അതുകേട്ടാൽ കോഴികൾ ഓടിക്കൂ
ടുകയായി. കാർക്കിച്ചും കൊക്കിയും കൊത്തിയും കോഴികൾ ആർപ്പിട്ടു
മുന്നിൽ വന്നു നൃത്തം ചവിട്ടുന്നു. ബീവി ശ്വാസമടക്കി നോക്കി നിന്നു
രസിക്കുന്നു. ഒന്നാംഘട്ടം ഇവിടെ തീരുന്നു

'കാദരും ബീവിയും കളിപറഞ്ഞൊരുദിനം — കതകുകൾ ചാരിക്കി

ടക്കുമ്പോൾ' ബീവി തന്റെ ആഗ്രഹം പറയുന്നു. പ്രണയം തുളുമ്പുന്ന ഭാഷയിൽത്തന്നെ: കാലുകൾ ചന്ദനംകൊണ്ട് അകിലിനാൽ തീർത്ത അഴി കൾ, ദേവദാരു കൊണ്ടു പട്ടിക. അതിൽ മണിയോടുകൾ നിരത്തിയ 15 കൂടുകൾ, ഓരോ കോഴിക്കിടാവിനും ഓരോ വീട്. തീരാത്ത പണമുള്ള കാദറിനത് പ്രശ്നമേ ആയിരുന്നില്ല. തുടർന്നാണ് പാത്തുമ്മയുടെ അത്യാ ഗ്രഹം. 15 കോഴിക്കൂടും 15 മന്ത്രിമാർ ഒപ്പം വന്ന് ഒരുമിച്ച് ഉദ്ഘാടനം ചെയ്യണം. നടക്കാവുന്നതേയുള്ളൂ. കാലഘട്ടം അതാണ്.

"പണമുള്ള പെട്ടി വിളിക്കുമ്പോൾ– വാപൊത്തി–
യണയായ്കിൽ പിന്നെന്തു ജനകീയം?"

ഉദ്ഘാടനദിവസമായി. പന്തലിൽ കടലുപോലെ ആളുകൾ! വരു ന്നവർക്കെല്ലാം ബിരിയാണി സദ്യയുണ്ടല്ലോ.

ഉദ്ഘാടനച്ചടങ്ങ് തുടങ്ങുകയായി. വി ഐ പി കളെല്ലാവരും റെഡി. 15 കൂടിന്റെയും താക്കോലുകളും താലത്തിലിട്ട് അതാ പാത്തുമ്മാ ബീവി വരുന്നു. താക്കോൽ കൊടുക്കലാണ് പാത്തുമ്മയുടെ പങ്ക്. മൈക്കിന്റെ മുൻപിലെത്തിയപ്പോഴേക്കും ബീവിയുടെ പിടിവിട്ടുപോയി. എന്നും കോഴിക്കു തീറ്റി കൊടുക്കുന്നമട്ടിൽ പാത്തുമ്മ കൈവശമുള്ള താലത്തിൽ കൈ വിരകിത്താളത്തിൽ ചൊല്ലുന്നു

"മന്ത്രികളേ, കോഴികളേ, ബ–ബ്ബ–ബ്ബാ വരൂ,
മന്ത്രികളേ, കുട്ടികളേ ബ–ബ്ബ–ബ്ബാ!"

ദിക്കുകൾ പൊട്ടുന്ന കൂക്കും ബഹളവും. അതിനിടയിൽ മന്ത്രിമാർ താക്കോലെടുക്കുവാൻ തത്രപ്പെടുന്നു. കൂട്ടിലെ കോഴികളെല്ലാം പേടിച്ചു 'കൊ–ക്കൊ–ക്കൊ'യിടുന്നതിന്റെ കൂടെ കവിയും കൂടുന്നു. കൊ–ക്കൊ– ക്കൊ വിളിക്കുവാൻ. അതോടെ 'കോഴി വളർത്തൽ' എന്ന കവിത അവ സാനിക്കുന്നു.

കവിസദസ്സുകളിൽ ഞാൻ കൂടുതൽ അവതരിപ്പിച്ചിട്ടുള്ള കവിതക ളിൽ ഒന്നാണിത്. താളക്കൊഴുപ്പുള്ള വൃത്തം ശ്രോതാക്കളെ പെട്ടെന്നു കൂടെ കൊണ്ടുവരുന്നു. നാടകീയമായ പ്രമേയാവതരണവും കേൾവിക്കാ രിൽ ജിജ്ഞാസ വളർത്തുന്നു. പ്രതിപാദ്യമാകട്ടെ അനുവാചകരുടെ ഉള്ളി ലുള്ളതും. കവി ഇവിടെ അവരുടെ വികാരങ്ങളെ ആവിഷ്കരിക്കുന്ന ഒരു ഉപകരണമായി മാറുന്നു. ചെമ്മനം കവിതകളിൽ പലതിനും ഈ സൗഭാ ഗ്യമുണ്ട്.

(കോഴി വളർത്തൽ: 1978 ജൂൺ 4)